बेंजामिन ग्रॅहॅम

वॉरन बफेला गुंतवणुकीचा मंत्र देणारा गुरू

अतुल कहाते

मेहता पब्लिशिंग हाऊस

✆ +91 020-24476924 / 24460313 / Mob. No. 9545000513
Email : production@mehtapublishinghouse.com
Website : www.mehtapublishinghouse.com

◆ *या पुस्तकातील लेखकाची मते, घटना, वर्णने ही त्या लेखकाची असून त्याच्याशी प्रकाशक सहमत असतीलच असे नाही.*

BENJAMIN GRAHAM by ATUL KAHATE

बेंजामिन ग्रॅहम : अतुल कहाते / व्यक्तिचरित्र
Email : author@mehtapublishinghouse.com

प्रकाशक : सुनील अनिल मेहता, मेहता पब्लिशिंग हाऊस,
१९४१, सदाशिव पेठ, माडीवाले कॉलनी, पुणे – ४११०३०.

मुद्रक : ट्रिनिटी अ‍ॅकॅडमी फॉर कॉर्पोरेट ट्रेनिंग लिमिटेड

मुखपृष्ठ : सुनील धोपावकर

प्रथमावृत्ती : ऑगस्ट, २०२१

किंमत : ₹ १७०

P Book ISBN 9789391151584
E Book ISBN 9789391151669
E Books available on : amazonkindle Apple Books Google Play Books

---

अतिशय जिवाभावाचे
पराग राजे आणि सुचेता राजे
यांना

प्रस्तावना

काही काळापूर्वी वॉरन बफे हा अमेरिकी गुंतवणूकदार जगातला दुसऱ्या क्रमांकाचा सगळ्यात श्रीमंत माणूस म्हणून ओळखला जात असे. त्यानंतर त्यानं आपल्या संपत्तीच्या ९० टक्के हिस्सा सामाजिक कार्यासाठी दान करण्याचा निर्णय घेतला आणि श्रीमंतीच्या या शर्यतीतून तो बाहेर पडला. अशा या वॉरन बफेनं स्वत: कित्येकदा आपल्या यशामागचं सगळ्यात प्रमुख कारण म्हणजे आपला गुंतवणुकीच्या विश्वातला गुरू बेंजामिन ग्रॅहॅम असल्याचं सांगितलं आहे. बफेविषयी लिहिणाऱ्या प्रत्येक माणसानं बेंजामिन ग्रॅहॅमचा उल्लेख केल्याचंही आपल्याला आढळेल. वॉरन बफे हा गुंतवणुकीच्या जगातला सगळ्यात यशस्वी माणूस म्हणून ओळखला जातो. अशा बफेचा गुरू म्हणून जो माणूस ओळखला जात असेल, त्या माणसाचं कौशल्य काय असेल याचा नुसता विचार करूनही आपल्याला चक्रावल्यासारखं होईल!

आपल्या नेहमीच्या खुमासदार शैलीत बोलताना बफेनं एकदा 'ग्रॅहॅमचं लिखाण वाचून कुणी गरीब तरी नक्कीच झालेलं नाही' असं म्हटलं होतं! अर्थातच, ग्रॅहॅमचं लिखाण वाचून त्यानुसार आपल्या गुंतवणुकीचा मार्ग आखणाऱ्या लोकांचं भलंच झालेलं आहे; असं बफेला म्हणायचं होतं. ग्रॅहॅमचं निधन होऊन आता कित्येक दशकं झालेली असली, तरी त्याच्या गुंतवणुकीच्या तंत्रावर आधारित असलेल्या असंख्य गुंतवणूक योजना जगभरात अब्जावधी रुपयांची उलाढाल करत असतात. ग्रॅहॅमनं लिहिलेल्या 'सिक्युरिटी ॲनॅलिसिस' आणि 'द इंटेलिजंट

इन्व्हेस्टर' या पुस्तकांच्या लाखो प्रति खपूनसुद्धा ही पुस्तकं आजही 'बेस्टसेलर' म्हणून ढिगानं खपतात. त्याच्या 'सिक्युरिटी ॲनॅलिसिस' पुस्तकाचा उल्लेख आपल्याला गाजलेल्या The Pursuit of Happyness या गाजलेल्या चित्रपटात आढळतो. विल स्मिथनं रंगवलेल्या ख्रिस गार्डनर नावाच्या अजरामर पात्राला आपल्या हलाखीच्या परिस्थितीतून बाहेर येण्यासाठी एका गुंतवणुकीसंबंधीच्या कंपनीत नोकरी हवी असते. त्यासाठीच्या चाचणी परीक्षेची तयारी करताना गार्डनर ग्रॅहॅमच्या याच पुस्तकाचा आधार घेतो. ग्रॅहॅमच्या संकल्पना म्हणूनच अजिबात कालबाह्य झालेल्या नाहीत आणि विसाव्या दशकामध्ये त्यानं उभ्या केलेल्या तंत्राचे गोडवे लोक एकविसाव्या शतकाचा जवळपास एक चतुर्थांश भाग संपायच्या जवळ असूनसुद्धा विसरू शकत नाहीत. १९१४ मध्ये ज्याची कारकीर्द सुरू झाली आणि १९५६ मध्ये ती संपली अशा ग्रॅहॅमचं हे यश थक्क करून सोडणारं आहे. इतर बहुतेक क्षेत्रांमध्ये विलक्षण यश मिळवणारे लोक नंतर हळूहळू विस्मरणात जायला लागतात किंवा काळाच्या मागे पडतात. बेंजामिन ग्रॅहॅम मात्र गुंतवणुकीच्या विश्वातला जणू ध्रुवताराच असल्यासारखा भरभक्कमपणे उभा आहे. त्याचा चेला वॉरन बफे त्याच्याहून कैकपटींनी श्रीमंत झालेला असला, तरी तो सतत आपल्या गुरूचं गुणगान गात राहिलेला आहे.

बेंजामिन ग्रॅहॅमनं 'व्हॅल्यू इन्व्हेस्टिंग' म्हणून ओळखली जाणारी गुंतवणुकीची पद्धत तयार केली. आता जगभरातले असंख्य गुंतवणूक तज्ज्ञ, निधी व्यवस्थापक, यशस्वी स्वतंत्र गुंतवणूकदार ग्रॅहॅमच्या या पद्धतीचा वापर मोठ्या प्रमाणावर करतात. शेअरबाजार, गुंतवणूक अशा विषयांवरच्या जवळपास कुठल्याही पुस्तकात ग्रॅहॅमच्या नावाचा उल्लेख झाल्यावाचून राहत नाही. 'व्हिक्टोरियन इंग्लंड' म्हणून ओळखल्या जाणाऱ्या कालखंडात इंग्लंडमध्ये जन्मलेल्या ग्रॅहॅमचं ८२ व्या वर्षी फ्रान्समध्ये निधन झालं. जन्मानं तो ज्यू धर्मीय होता. त्याचं मूळ नाव बेंजामिन ग्रॉसबॉम असं होतं. त्याच्या कुटुंबाचा स्वयंपाकघरामधल्या उपकरणांच्या आणि वस्तूंच्या आयातीचा व्यवसाय होता. तो ओळखला मात्र गेला 'बेंजामिन ग्रॅहॅम' या नावानं. अनेक जण त्याचा उल्लेख 'वॉल स्ट्रीटचा डीन' म्हणजे ढोबळमानानं म्हणायचे तर 'शेअरबाजाराचा कुलगुरू' अशा शब्दांमध्ये करतात. शेअरबाजारात अंदाधुंद पद्धतीनं

गुंतवणूक न करता ती अत्यंत नियमबद्ध प्रकारे करण्याचं तंत्र त्यानं निर्माण केलं. यासाठी लागणारं धैर्य आणि त्यासाठीची बुद्धिमत्ता हे दोन्ही ग्रॅहॅममध्ये होतं. शिवाय त्याच्याकडे असलेला आणि इतर अनेक गुंतवणूकदारांकडे नसलेला एक अत्यंत महत्त्वाचा गुण म्हणजे त्याची सहनशीलता. शेअरबाजारामध्ये गुंतवणूक करताना अजिबात उतावीळ होता कामा नये आणि आपल्या भावना पूर्णपणे बाजूला ठेवून फक्त ठळकपणे संधीची चाहूल दिसत असतानाच गुंतवणूक केली पाहिजे हे तत्त्व त्यानं पाळलं. किंबहुना, ही संकल्पनाच त्यानं जवळपास नव्यानं मांडली. या सगळ्याला आता जवळपास एक शतक उलटून गेलेलं असलं, तरी आजही ग्रॅहॅमच्या संकल्पना जवळपास जशाच्या तशा वापरून कुणालाही आर्थिक यश मिळवणं शक्य आहे, हे खरं म्हणजे विलक्षण आश्चर्यच आहे!

गुंतवणुकीच्या विश्वात ग्रॅहॅमनं अत्यंत मूलभूत कामगिरी बजावलेली असली, तरी त्याला इतर अनेक विषयांमध्येही गती होती. बेंजामिन ग्रॅहॅम आणि वॉरन बफे यांच्यामधल्या काही फरकांमधला हा एक अत्यंत महत्त्वाचा फरक आहे. ग्रॅहॅमनं बऱ्याच विषयांमध्ये बौद्धिक प्रगती तर साधलीच; पण शिवाय त्याला कलाशाखांमध्येही रस होता. बफे मात्र अक्षरश: अर्जुनासारखा एकलक्ष्यी ठरला. गुंतवणूक सोडून इतर कशामध्येही बफेला अजिबात रस नव्हता. कदाचित म्हणूनच ग्रॅहॅमला खूप श्रीमंत होण्यातही रस नव्हता. त्यानं काही काळानंतर गुंतवणुकीच्या विश्वाला सरळ रामराम ठोकला. आपल्या गुंतवणुकीच्या तत्त्वांचा असंख्य लोकांनी फायदा करून घेतल्याचं ग्रॅहॅमला कधीच वाईट वाटलं नाही. बफेनं मात्र आपली गुंतवणुकीच्या संदर्भातली गुपितं इतर कुणालाही समजू नयेत, याची कायम काळजी घेतली. बेंजामिन ग्रॅहॅम उत्तम अर्थतज्ज्ञ होता. त्यानं गणित आणि संदेशवहनामध्ये वापरला जाणारी 'मॉर्स कोड'चं तंत्र अशांसारख्या विषयांमध्ये पेटंट्स मिळवली! ग्रॅहॅमनं सहलेखन केलेल्या एका नाटकानं 'ब्रॉडवे' या सर्वोच्च मानाच्या समजल्या जाणाऱ्या नाटकांच्या सादरीकरणामध्ये स्थान मिळवलं. याखेरीज एका प्रख्यात स्पॅनिश कादंबरीचा ग्रॅहॅमनं केलेला इंग्रजी भाषेतला अनुवाद अत्यंत उच्च दर्जाचा असल्याचा अभिप्राय तज्ज्ञांनी दिला होता. असल्या कुठल्याही भानगडीत बफे कधीच पडला नाही.

कदाचित म्हणूनच बफे गुंतवणुकीच्या विश्वात एवढा यशस्वी ठरला! ग्रॅहॅमच्या बुद्धिमत्तेच्या विविध पैलूंचा सगळ्यात मोठा पुरावा, म्हणजे कोलंबिया विद्यापीठातून त्यानं पदवी संपादित केल्यावर त्याला त्या विद्यापीठाच्या गणित, इंग्रजी आणि तत्त्वज्ञान अशा तीन विभागांकडून प्राध्यापक म्हणून काम करण्यासाठीचं बोलावणं आलं होतं! त्याच्या लिखाणातही वैचारिकता, टीका, स्वतःवर टीका, मानसशास्त्र, मैत्रीच्या संकल्पना, प्रेम, लैंगिकता, तत्त्वज्ञान, वादविवाद अशा अनेक मुद्द्यांचा समावेश असल्याचं आढळतं.

आपल्या वाढत्या वयात ग्रॅहॅमनं 'राजाचा रंक' होण्याची परिस्थिती अनुभवली. १९०७ मध्ये अमेरिकी शेअरबाजारात विलक्षण भीती पसरली आणि विक्रीच्या तुफान माऱ्यामुळे असंख्य लोकांचं प्रचंड नुकसान झालं. त्यात ग्रॅहॅमच्या आईचाही समावेश होता. कहर म्हणजे यानंतर स्वतः ग्रॅहॅमनं केलेल्या गुंतवणुकीलाही १९२० च्या दशकाच्या अखेरीला जबरदस्त तडाखा बसला. अमेरिकेतच सुरू झालेल्या जागतिक महामंदीमुळे ग्रॅहॅमचं अफाट नुकसान झालं. तो अक्षरशः कफल्लक व्हायची वेळ आली. असं असूनही ग्रॅहॅमचा शेअरबाजारामधल्या गुंतवणुकीवरचा विश्वास उडाला नाही. उलट आपलं नुकसान नेमकं कशामुळं झालं, याचा अभ्यास करून त्याविषयी भावनिकपणे निर्णय न घेता तटस्थपणे त्यातून बाहेर येण्यासाठीची पावलं टाकण्याचं भान त्याच्यामध्ये होतं.

बेंजामिन ग्रॅहॅमच्या व्यक्तिमत्त्वाला निरनिराळी अंगं होती. काही जण त्याकडे कौतुकानं आणि विस्मयानं बघत; तर काही लोकांना ग्रॅहॅमच्या वागण्यामध्ये अजिबातच नैतिकता नसल्याचं जाणवे. उदाहरणार्थ, ग्रॅहॅम गुंतवणुकीसंबंधीचे वर्ग घेत असे. या वर्गांमध्ये तो तांत्रिक संकल्पना समजावून सांगण्यासाठी खऱ्यासखुऱ्या कंपन्यांची उदाहरणं घेत असे. यातून त्याच्या विद्यार्थ्यांना शेअर्सच्या खरेदी-विक्रीची नामी संधी लाभायची. अर्थातच, यामुळे त्यांचा लखलाभ होत असे. ग्रॅहॅमला त्याचं काही वाटत नसे. तो स्वतः हावरटासारखा या कंपन्यांच्या शेअर्सच्या मागे अजिबात लागायचा नाही. आपल्या ज्ञानाचा आणि परिश्रमांचा फायदा इतक्या सहजपणे आणि जाहीरपणे कुणालाही करून देण्याच्या ग्रॅहॅमच्या या औदार्याचं वॉरन बफेला सतत आश्चर्य वाटत राहिलं. दुसरीकडे

ग्रॅहॅमची प्रेमप्रकरणं, त्याची लैंगिकतेविषयीची भूमिका या गोष्टींवर त्याचे काही जवळचे लोकही टीका करत असत. अर्थात, सारासार विचार केला तर बहुतेक सगळे लोक ग्रॅहॅमकडे आदर आणि कौतुक यांच्या संमिश्र नजरांनी बघायचे यात शंका नाही. कदाचित, व्यावसायिकतेच्या बाबतीत ग्रॅहॅम अत्यंत जागरूक असल्यामुळं आणि त्यानं या संदर्भातले सगळे निकष काटेकोरपणे पाळलेले असल्यामुळं असं घडलं असावं. म्हणूनच त्याच्या व्यक्तिमत्त्वामधल्या काही दोषांकडे डोळेझाक करण्याकडे लोकांचा कल असावा.

वॉरन बफेच्या अशा या गुरूच्या आयुष्याकडे बघण्यामध्ये म्हणूनच मजा आहे. बफेचं चरित्र मराठीत लिहून झाल्यावर बफेच्या संकल्पना आणखी झोकदार पद्धतीनं लोकांसमोर याव्यात यासाठी 'वॉरन बफेच्या यशाचे ५० मंत्र' नावाचं पुस्तकही लिहून झालं. मेहता पब्लिशिंग हाऊसनं प्रकाशित केलेल्या या दोन्ही पुस्तकांवर वाचकांनी भरभरून प्रेम केलं. यामुळे बफे मुळात ज्या माणसामुळं इतका यशस्वी झाला त्या माणसाविषयी लिहावं अशी कल्पना डोक्यात घोळायला लागली. त्यातूनच बफेच्या गुरूविषयी; म्हणजेच बेंजामिन ग्रॅहॅमविषयी लिहावं असं मनात आलं. त्यातून जन्मलेलं हे पुस्तक ...

आभार

हे पुस्तक लिहिण्याची मूळ कल्पना मेहता पब्लिशिंग हाऊसनं प्रकाशित केलेल्या वॉरन बफेवरच्या माझ्या दोन पुस्तकांमधून जन्मली. वॉरन बफेवरची दोन्ही पुस्तकं इतक्या सुंदर प्रकारे प्रकाशित केल्याबद्दल मी श्री. अनिल आणि सुनील मेहता यांचा खूप आभारी आहे. त्यांच्यामुळेच हे बेंजामिन ग्रॅहॅमवरचं पुस्तक लिहिण्याची इच्छा झाली.

या पुस्तकाच्या कामात स्वत:ला झोकून देणाऱ्या सगळ्यांचा मी खूप ऋणी आहे. पुस्तकावर लेखकाचं नाव दिसत असलं, तरी या सगळ्या सहकाऱ्यांनी घेतलेले कष्ट पुस्तक नावारूपाला येण्यामध्ये अत्यंत महत्त्वाचे असतात, याची मला पूर्ण कल्पना आहे.

माझे बाबा डॉक्टर शशिकांत कहाते, आता हयात नसलेली माझी आई डॉक्टर मीना कहाते यांच्यामुळेच माझं आयुष्य घडू शकलं. अनिता, जुई, हर्षू यांनी घरात सतत आनंदी वातावरण ठेवल्यामुळं आणि माझ्या सवयी सांभाळून घेतल्यामुळं इतर व्यवधानं विसरून मी लिहू शकतो. केदार-गौरी कहाते हे माझे भाऊ-वहिनी सतत कौतुकानं बघत असल्याचं खूप महत्त्व जाणवत राहतं. याखेरीज सुलभा-शरद पिशवीकर, पुष्पा आगरकर, विनायक-वैशाली गोडबोले, अच्युत-शोभना गोडबोले, पुष्पा-वसंत कुलकर्णी, अशोक-रंजना शेंबेकर, श्याम-ज्योती कहाते, विकास-मेघना म्हसकर, नरेंद्र-अंजली कुलकर्णी, भरत-प्रियांका कुलकर्णी, माणिक-विक्रांत जोशी, प्रसाद-हर्षा शेंबेकर, प्राची-अमोघ जामठे, सौमित्र कहाते, अमृता-चेतन भागवत, अविनाश शुभदा

गुंडेवार, संगीता-सुरेश कंदकूर, सविता-राम काप्रतवार या सगळ्या घरच्या मंडळींचे खूप आभार! यातले काही हयात नसले, तरी त्यांच्या आठवणी सतत सोबत असतातच.

तसंच माझ्या असंख्य मित्रांचे आणि माजी सहकाऱ्यांचे खूप आभार!

अनुक्रमणिका

‘राजा ते रंक’ असं बालपण

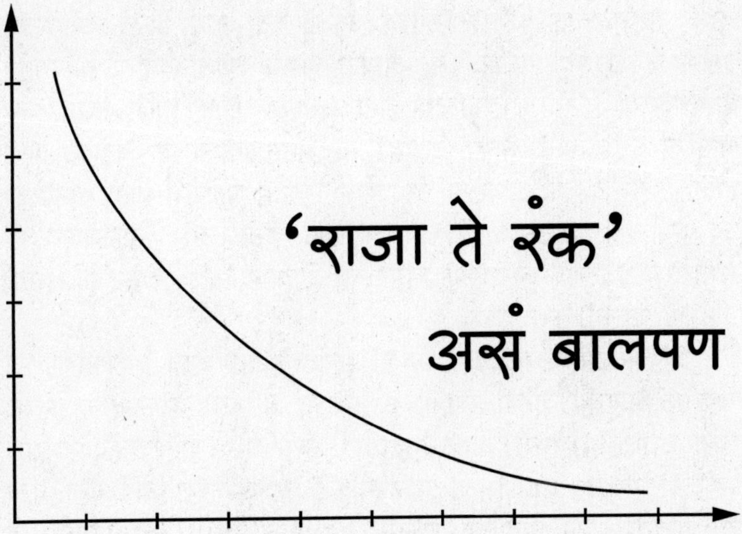

व्हिक्टोरिया राणीच्या पर्वाच्या काळाच्या अखेरच्या सुमाराला १८९४ मध्ये लंडनमध्ये बेंजामिन ग्रॉसबॉमचा जन्म झाला. ग्रॉसबॉम हेच या कुटुंबाचं आडनाव होतं. अमेरिकेमध्ये हे कुटुंब नंतर स्थलांतरित झालं. बेंजामिन ग्रॉसबॉमच्या जन्मानंतर सुमारे २३ वर्षांनी त्याच्या कुटुंबानं अमेरिकेमध्ये जास्त सहजपणे वापरण्याजोगं ‘ग्रॅहॅम’ हे आडनाव धारण केलं. प्रत्यक्षात नंतरही ग्रॉसबॉम हे आडनाव अनेक वर्षं वापरात असलं, तरी या पुस्तकात विनाकारण गोंधळ टाळण्यासाठी ग्रॅहॅम हेच आडनाव सरसकट वापरलेलं आहे. बेंजामिन ग्रॅहॅमच्या वडिलांचं नाव आयझॅक होतं. त्यांचा जन्मही इंग्लंडमध्ये झालेला होता आणि आपल्या ब्रिटिशपणाचा त्यांना खूप अभिमान वाटत असे. किंबहुना, अमेरिकेमध्ये त्यांचं कुटुंब स्थलांतरित झाल्यानंतरही या कुटुंबाचा ब्रिटिशांविषयीचा आपलेपणा कायम टिकून राहिला.

डोरा या मूळच्या पोलिश स्त्रीशी आयझॅकचं लग्न झालं. ऑस्ट्रिया आणि जर्मनी इथून काही वस्तू आयात करून त्यांचा व्यापार करण्याचा आयझॅकच्या कुटुंबाचा व्यवसाय होता. त्याचे वडील आणि त्याचे पाच भाऊ याच कामात व्यस्त असत. या सगळ्यांनाच या कामात गती होती. खास करून आयझॅक तर त्यात एकदम प्रवीणच होता. आपल्या ज्यू धर्माचाही या कुटुंबाला खूप अभिमान वाटत असे. साहजिकच या धर्मामध्ये दिल्या जाणाऱ्या सगळ्या शिकवणींचं हे कुटुंब अगदी नीटपणे पालन करत असे.

आयझॅकला तब्बल दहा सख्खी भावंडं होती! आज आपल्याला या गोष्टीचं आश्चर्य वाटणं स्वाभाविक असलं, तरी त्या काळात हा प्रकार तसा अगदी घरोघरी आढळत असे. ज्यू धर्माच्या शिकवणीनुसार सगळ्या गोष्टी काटेकोरपणे पाळण्याकडे आयझॅकच्या वडिलांचा कल तर होताच; पण आपल्या मुलांनी अजिबात बिघडू नये यासाठी ते प्रमाणाबाहेर प्रयत्नशील होते. म्हणूनच त्यांनी आपल्या मुलांच्या वागण्याबोलण्यावर प्रचंड कडक निर्बंध घातले होते. कुठलाही नियम त्यांनी मोडू नये आणि त्यांच्याकडून समाजमान्यता नसलेलं काहीही घडू नये, याकडे त्यांचा कटाक्ष असे. उदाहरणार्थ, साधी शिट्टी वाजवणं हासुद्धा आयझॅकच्या वडिलांच्या दृष्टीनं घोर अपराध होता. साहजिकच अशा किरकोळ प्रकारच्या सवलतीही आयझॅक आणि त्याची भावंडं यांना उपलब्ध नसत. त्यांच्या वडिलांच्या चेहऱ्यावर नेहमी कठोर आणि कर्तव्यशीलतेचे भाव असत. आयझॅकनं असं लष्करी शिस्तीचं बालपण अनुभवलेलं असलं, तरी आपल्या मुलांच्या बाबतीत मात्र त्यानं हे निर्बंध जरा सैल केले. म्हणूनच बेंजामिन ग्रॅहॅमला ज्यू धर्माच्या शिकवणीबरोबरच इतर धर्मांविषयीही शिकवलं गेलं. तसंच सर्वधर्मसमभाव राखण्याविषयीही त्याला सांगण्यात आलं. तसंच लहानपणी त्याला फ्रेंच भाषाही शिकायला मिळाली.

बेंजामिन फ्रँकची आई डोरा हीसुद्धा ज्यू धर्माच्या कट्टर शिकवणीनुसार जगणाऱ्या. कुटुंबात जन्मली. तिचं माहेरचं आडनाव 'गेसुंढाईत' असं होतं. अनेक जण 'हे असलं कसलं विचित्र आडनाव?' असं म्हणून त्याची थट्टा करत. काही लोक तर हे आडनाव ऐकल्यावर सरळ डोरा किंवा तिचे इतर कुटुंबीय यांच्या तोंडावरच हसायचे. साहजिकच नंतर

डोराचे भाईबंद अमेरिकेमध्ये स्थायिक झाल्यावर त्यांनी तिथे आपलं आडनाव बदलून 'गेरार्ड' असं नवं आडनाव धारण केलं. डोराचे आजोबा; म्हणजेच बेंजामिन ग्रॅहॅमचे आईच्या बाजूचे पणजोबा, पूर्वी पोलंडच्या वॉर्सा शहरामध्ये मान्यवर धार्मिक गुरू म्हणून ओळखले जायचे. त्या काळात त्यांना खूपच मान्यता मिळत असे. अनेक विषयांचा अभ्यास केल्यावरच कुणालाही या पदावर जायला मिळत असल्यामुळे लोक त्यांच्याकडे खूप आदरानं बघत असत. वॉर्साच्या एकूण लोकसंख्येपैकी ३०-४० टक्के लोक ज्यू असल्यामुळेही त्यांचं पद खूपच महत्त्वाचं होतं. ज्यू लोकांसाठीच्या ज्ञानकोषामध्ये जॅकॉब बेन आयझॅक गेसुंढाईत या त्यांच्या नावाची नोंदही आढळते. कदाचित आपल्या पणजोबांकडून बेंजामिन ग्रॅहॅममध्ये संशोधन, अभ्यास, चिकाटी, हुशारी हे गुण आले असावेत, असं काही जण म्हणतात. अर्थातच, स्वत: बेंजामिन ग्रॅहॅमची मेहनतसुद्धा यात महत्त्वाची ठरली हे नाकारून चालणार नाही.

बेंजामिन ग्रॅहॅम हे डोराच्या पोटी जन्मलेलं तिसरं आणि शेवटचं मूल ठरलं. आपल्या व्यवसायाला अमेरिकेमध्ये खूपच संधी असल्याचं बेंजामिन ग्रॅहॅमचे वडील आयझॅक ग्रॅहॅम यांचं मत असल्यामुळे, त्यांनी बेंजामिन एक वर्षाचा असताना अमेरिकेचा रस्ता धरला. अर्थात, तिथे कायमसाठी जाण्याचं किंवा स्थायिक व्हायचं आयझॅकच्या तेव्हा डोक्यात नव्हतं. त्या काळात युरोपहून अमेरिकेमध्ये जाणारे बहुतेक लोक मात्र तिथेच स्थायिक होण्यासाठी जात असत. खास करून त्यापैकी ज्यू लोकांना तर हमखास अमेरिकेतच कायमसाठी राहायचं असे. या बाबतीत ग्रॅहॅम कुटुंब जरा वेगळं होतं. आयझॅक ग्रॅहॅमला इंग्लंडमधल्या आपल्या विस्तारित कुटुंबाशी असलेली नाळ टिकवून धरायची होती. तसंच त्याच्यामधला ब्रिटिशपणा त्याला पुन्हा मायदेशी परतण्यासाठी खुणावत होता. त्याच्या मनात इंग्लंडमध्ये परतण्याचा निश्चय असला, तरी त्याची पत्नी डोरा हिला या संदर्भात नेमकं काय वाटत होतं याची कल्पना नाही. खरं म्हणजे इंग्लंड हा तिचा मायदेश नव्हताच. ती मूळची पोलंडची असल्यामुळं तिनं आधी एकदा पोलंड ते इंग्लंड हे स्थलांतर केलं होतं. आता तिच्या दृष्टीनं हे दुसरं स्थलांतर होतं. यामुळं कदाचित तिला इंग्लंडमध्ये राहायचं काय आणि अमेरिकेत राहायचं

काय; फारसा फरक वाटत नसावा. तिचा सगळ्यांत मोठा मुलगा व्हिक्टर आता तीन वर्षांचा होता. त्याच्या पाठचा लिऑन दोन वर्षांचा होता तर 'लिटल बेनी' ऊर्फ बेंजामिन फक्त एक वर्षाचा होता. साहजिकच या तिन्ही मुलांना इंग्लंडमध्येच राहायचं किंवा अमेरिकेमध्ये स्थलांतरित व्हायचं, याविषयी काही कळण्याचा प्रश्न नव्हता. म्हणूनच त्यांची या संदर्भातली मतं विचारात घेण्याचाही प्रश्न नव्हता. एकूण काय, तर स्वत: आयझॅक ग्रॅहॅमलाच आपल्या मायदेशाशी असलेली नाळ तोडायची नसली, तरी अमेरिकेमध्ये आपल्या व्यवसायाला खूप वाव मिळेल या आशेपोटी त्यानं आपली भावनिक बाजू थोडीशी बाजूला ठेवली आणि अमेरिकेला जाण्याचा निर्णय घेतला.

१८९५ मध्ये जड अंत:करणानं आयझॅक आपल्या कुटुंबासह अमेरिकेच्या दिशेनं रवाना झाला. अर्थातच, त्या काळात लंडन ते न्यू यॉर्क हा प्रवास जहाजानं करावा लागत असे. अमेरिकेमध्ये गेल्यावर आयझॅक ग्रॅहॅमनं आपल्या कुटुंबासाठी नवं घर विकत घेतलं नाही. खरं म्हणजे त्याच्यासाठी हे सहज शक्य होतं. परत एकदा आपण इथे फक्त आपल्या व्यवसायाची मुहूर्तमेढ रचण्यासाठी म्हणून आलेलो असल्याच्या मतापोटी, एका घराचा काही भाग भाड्यानं घेण्याचा निर्णय घेतला. अगदी पूर्ण घरही त्यानं भाड्यानं घेतलं नाही! आपल्याबरोबर आयझॅकनं व्यवसायवृद्धीसाठी म्हणून बरीच रक्कम आणली होती. शिवाय त्या काळात युरोपहून अमेरिकेला आल्याबरोबर चांगलं इंग्रजी बोलू शकणाऱ्या खूप कमी लोकांपैकी एक म्हणून आयझॅक ग्रॅहॅमचा उल्लेख करावा लागेल. अर्थातच, यामुळे ग्रॅहॅम कुटुंबाला अमेरिकेमध्ये रुळणं खूप सोपं गेलं. याचं एक ठळक उदाहरण म्हणजे ज्या जहाजातून ग्रॅहॅम कुटुंब द्वितीय श्रेणीतून प्रवास करत होतं, त्याच जहाजाच्या चौथ्या श्रेणीतून त्यांच्यासारखे काही युरोपीय लोकही अमेरिकेमध्ये नशीब कमवायला म्हणून आले होते. त्यांच्या कागदपत्रांची अमेरिकी सीमा अधिकाऱ्यांनी कसून तपासणी केली; पण ग्रॅहॅम कुटुंबाच्या कागदपत्रांकडे मात्र त्यांनी नावापुरतंच बघितलं. अशा रीतीनं भरभक्कम आर्थिक बाजू, अमेरिकी लोकांच्या चालीरितींनुसार वागण्याची ग्रॅहॅम कुटुंबाची आधीपासूनची तयारी आणि आयझॅक ग्रॅहॅमची कष्ट घेण्याची तयारी, यांच्या जोरावर ग्रॅहॅम कुटुंबानं आपलं बस्तान अमेरिकेमध्ये उत्तमरीत्या बसवलं.

अमेरिकेमध्ये युरोपहून येणारे बव्हंशी ज्यू लोक अगदी जेमतेम आर्थिक अवस्थेतले असत. साहजिकच त्यांना आपल्या भाईबंदांसमवेत दुर्लक्षित आणि बकाल वस्त्यांमध्ये राहावं लागे. ग्रॅहॅम कुटुंबाच्या नशिबात मात्र ही परवड आली नाही. पार्क ॲव्हेन्यू या न्यू यॉर्कमधल्या उत्तम समजल्या जाणाऱ्या भागाच्या अगदी जवळच ग्रॅहॅम कुटुंबाचं पहिलं भाड्याचं घर होतं. शिवाय उन्हाळ्यात ग्रॅहॅम कुटुंब मौजमजा करण्यासाठी सहलींना जात असे. इतरही अनेक ठिकाणी ते जाऊन आले. याशिवाय एकदा त्यांनी युरोपचा प्रदीर्घ दौरा केला. चांगल्या हॉटेलांमध्ये खाणं, उंची दुकानांमध्ये खरेदी करणं असे शौकही ग्रॅहॅम कुटुंबीय करत असत. त्यांच्या दिमतीला घरी स्वयंपाकी, नोकरचाकर वगैरे असत. इतकंच नव्हे, तर या सहायकांना राहण्यासाठी म्हणून वेगळी जागाही ग्रॅहॅम कुटुंबानं दिली होती. एकूणच बेंजामिन ग्रॅहॅमचं बालपण त्यामुळे आरामात गेलं. तसा त्याचा स्वभाव खोडकर नसल्यामुळे कुणाकडून त्याच्याविषयी तक्रारीही येत नसत. १८९० मध्ये How the Other Half Lives नावाचं जेकब रीसचं छायाचित्रांनी आणि रेखाचित्रांनी आपले लिखित मुद्दे अधोरेखित करणारं पुस्तक प्रसिद्ध झालं. यात न्यू यॉर्कमधल्या झोपडपट्ट्यांमध्ये गरीब लोक आणि खास करून इतर देशांमधून अमेरिकेत स्थलांतरित झालेले लोक, कशा दयनीय अवस्थेत जगतात, याचं हृदयद्रावक चित्रण करण्यात आलं होतं. अशा प्रकारची परिस्थिती बेंजामिन ग्रॅहॅमला अजिबात अनुभवावी लागली नाही. इतकंच नव्हे, तर आपण आणि हे सगळे लोक एकाच शहरात राहतो याची कल्पनासुद्धा येऊ नये, इतक्या आरामात त्याची वाढ झाली. आणखी एक महत्त्वाची गोष्ट म्हणजे धर्मानं ज्यू असूनही ग्रॅहॅम कुटुंबाला त्याचा फारसा त्रास झाला नाही. खरं म्हणजे तेव्हा ज्यू-द्वेष म्हणजेच anti-Semitism अगदी टोकाला चालला होता. उघडपणे ख्रिस्ती लोक ज्यू लोकांची खिल्ली उडवत आणि त्यांचं जगणं नकोसं करून सोडत. अशा परिस्थितीत ग्रॅहॅम कुटुंबानं आपल्या व्यवसायाचा विस्तार यशस्वीपणे करावा ही नवलाईचीच गोष्ट होती!

दरम्यानच्या काळात ग्रॅहॅम कुटुंबानं आपला मुक्काम Fifth Avenue या श्रीमंत लोकांच्या वस्तीमधल्या बंगल्यात हलवला. यातून दोन गोष्टी पक्क्या झाल्या. एक तर अमेरिकेमध्ये आयझॅक ग्रॅहॅमनं आपलं बस्तान

एकदम पक्कं बसवल्याची ती खूण होती. दुसरं म्हणजे याचाच अर्थ तो आता इंग्लंडमध्ये परतण्याची शक्यता धूसर झाली होती. म्हणूनच आपला व्यवसाय स्थिरावल्यावर आयझॅक ग्रॅहॅमनं आपल्या कुटुंबाला सुट्टीसाठी म्हणून इंग्लंडला नेलं. आता त्याच्या सासरचे; म्हणजेच डोराकडचे सगळे लोकही पोलंडहून इंग्लंडला स्थलांतरित झालेले असल्यामुळे, त्यांची ही सुट्टी एकदम मजेत गेली. या वेळी बेंजामिन ग्रॅहॅमचं वय सात वर्षांचं होतं. या संदर्भातली एक लक्षणीय गोष्ट म्हणजे आयझॅक, डोरा, लिऑन आणि बेंजामिन असे चौघेच इंग्लंडला गेले. बेंजामिनचा सगळ्यांत मोठा भाऊ व्हिक्टर हा विलक्षण बंडखोर आणि त्रासदायक झालेला असल्यामुळे त्याला इंग्लंडला सुट्टीसाठी न नेता, शिक्षा म्हणून पेनसिल्वेनिया इथे 'सुधारणा वर्गा'त दाखल करण्यात आलं होतं! आयझॅकचं कुटुंबीय लंडन शहरात, तर डोराचे आई-वडील ब्रायटनला राहायचे. त्यामुळे आयझॅकचं कुटुंब काही काळ दोन्ही ठिकाणी राहिलं. दरम्यान, अमेरिकेमध्ये ग्रॅहॅम कुटुंबीयांचा व्यवसाय चांगल्या प्रकारे वृद्धिंगत होत असला, तरी इंग्लंडमधला त्यांचा मूळ व्यवसाय चांगलाच थंडावत चालला होता. यामुळं आपलं अमेरिकेमधलं कुटुंब, इंग्लंडमधले आपले आई-वडील आणि आपली १० भावंडं, डोराच्या कुटुंबामधले काही जण आणि आपली अनेक चुलत-मामे भावंडं या सगळ्यांना पोसण्याची मुख्य जबाबदारी आयझॅकवरच होती! कदाचित यामुळंही सुट्टीवर आलेल्या आयझॅकच्या कुटुंबाची इंग्लंडमध्ये एकदम चोख बडदास्त ठेवण्यावर तिथल्या नातेवाइकांनी भर दिला असावा.

अशा प्रकारे सगळं सुरळीतपणे सुरू असताना अचानकपणे परिस्थिती एकदम बदलली. इंग्लंडला सुट्टी घालवून आयझॅक ग्रॅहॅमचं कुटुंब परतल्यावर काही दिवस ठीकठाक गेले. त्यानंतर बर्नार्ड या आपल्या वडिलांची प्रकृती वेगानं बिघडत चालल्याचं आयझॅक ग्रॅहॅमला समजलं. त्यांना न्यूमोनिया झाला होता. त्यातच त्यांचा एक सहायक चोरी करत असल्याचं लक्षात आल्यावर त्यांनी त्याला याविषयी विचारलं असता, त्यानं सरळ पिस्तूल काढून त्यांना धमकावलंच! त्यांनी याचा जबरदस्त धसका घेतला. साहजिकच आधीच बिघडलेल्या त्यांच्या तब्येतीवर आणखी दुष्परिणाम झाला. यामुळे १९०३ मध्ये वयाच्या ५६ व्या वर्षी

त्यांचं निधन झालं. त्या काळाच्या मानानंही तसं त्यांचं मरण्याचं वय नव्हतं असंच म्हणायला हवं. आपल्या वडिलांच्या अनपेक्षित निधनाचा आयझॅकला मोठा धक्का बसला. त्यांच्यावर आयझॅकचा प्रचंड जीव होता. त्यातच आपल्या व्यवसायाच्या वाढीसाठी आयझॅक सातत्यानं कठोर परिश्रम घेत असल्यामुळं त्याची स्वत:ची तब्येतही तोळामासाच झाली होती. आरोग्याशी संबंधित असलेल्या अनेक प्रकारच्या समस्यांनी त्याला भेडसावून सोडलं होतं. कामानिमित्त त्याला अमेरिकाभर फिरावं लागत असल्यामुळं पुरेशी विश्रांती घेणंही शक्य होत नसे. त्यातच आपल्या आणि आपल्या अतिविस्तारित कुटुंबाची सगळी आर्थिक जबाबदारी आपल्या खांद्यांवर असल्याचा ताणही त्याला असह्य झाला असावा. एकूणच शारीरिक आणि मानसिक अशा दोन्ही पातळ्यांवर आयझॅक ग्रॅहॅमची विलक्षण बिकट परिस्थिती झाली असावी. त्यातच आपल्या वडिलांच्या निधनाची बातमी समजताच तो पुरता खचलाच. मानसिकदृष्ट्या तो आधीच कमजोर असताना, हे नवं संकट स्वीकारणं त्याला अशक्यप्राय होऊन बसलं. त्याला डॉक्टरांकडे नेलं तेव्हा त्याला नेमकं काय झालं आहे, याचा उलगडा डॉक्टरांनाही होऊ शकला नाही. कोणत्या तरी गूढ आजारानं त्याला वेढलं आहे; एवढंच डॉक्टर सांगू शकले. आणखी तपासण्या केल्यावर मात्र आयझॅक स्वादुपिंडाच्या कर्करोगाशी झगडत असल्याचं निदान त्यांनी केलं. अर्थातच, हे भयंकर मोठं संकट होतं.

आयझॅकला आता रुग्णालयात दाखल करण्यात आलं. त्याच्या प्रकृतीमध्ये वेगानं घसरण होत गेली. बहुधा, आपल्या वडिलांप्रमाणेच आयझॅकही मानसिक धक्के सहन करू शकत नसल्यामुळे त्याचा आजार बळावत गेला. म्हणजेच त्याची रोगप्रतिकारशक्ती खलास होत गेली. आयझॅक ग्रॅहॅमचं वय फक्त ३५ वर्षांचं होतं. १९०३च्या फेब्रुवारी महिन्यात व्हिक्टर, लिऑन आणि बेंजामिन ही त्याची तीन मुलं अनाथ झाली!

जेमतेम काही महिन्यांपूर्वीपर्यंत एकदम आरामात राहणारे आणि चैनीचं आयुष्य जगणारे ग्रॅहॅम कुटुंबीय बर्नार्ड आणि आयझॅक या दोघांच्या अकस्मात निधनामुळं एकदम अडचणीत आलं. अमेरिकेमध्ये ग्रॅहॅम कुटुंबाची परवड सुरू झाली. सुरुवातीला चैनीच्या काही गोष्टींवर

निर्बंध आले. त्यानंतर परिस्थिती अधिकाधिक बिकट होत गेली. हळूहळू आपल्याला अगदी सर्वसामान्य कुटुंबासारखं तरी जगता येईल का, असा प्रश्न ग्रॅहॅम कुटुंबाला पडायला लागला. तिकडे इंग्लंडमध्ये आयझॅक ग्रॅहॅमच्या काही भावांनी आपल्या कुटुंबाचा व्यवसाय सावरण्यासाठी प्रयत्न करून बघितले; पण ते अपयशी ठरले. त्यानंतर आयझॅक ग्रॅहॅमची पत्नी डोरा हिच्या भावानं ग्रॅहॅम कुटुंबाचा व्यवसाय सावरण्याचे प्रयत्न केले; पण तो खूप बुद्धिमान असूनसुद्धा त्यालाही यात यश लाभलं नाही. याचं मुख्य कारण म्हणजे त्याच्यामध्ये व्यवसायिक यश मिळवण्यासाठी आवश्यक असलेली जिगर नव्हती आणि विक्रीकौशल्यही नव्हतं, असं बेंजामिन ग्रॅहॅमनं आपल्या मामाविषयी बोलताना नंतर नमूद केलं. वर्षभरातच ग्रॅहॅमच्या कंपनीची एकदम दुरवस्था झाल्यामुळे कंपनीकडे शिल्लक असलेला माल विक्रीला काढण्याची पाळी आली. अर्थातच, मिळेल त्या भावानं ही विक्री करावी लागली. त्याला दुसरा इलाज नव्हता. आपलं घर चालवण्यासाठी पूर्वी घेतलेलं फर्निचर, इतर वस्तू, दागदागिने वगैरे विकण्याची वेळ डोरावर आली. त्यातून हाती लागलेले पैसे, अर्थातच फार काळ पुरणं शक्यच नव्हतं. एकूण काय, तर डोरा आणि तिची मुलं यांच्यावर आलेली बिकट परिस्थिती अधिकाधिक गंभीर होत गेली. आपल्या वडिलांच्या मृत्यूनंतरची तीन वर्षं; म्हणजेच १९०६ पर्यंत आपल्या मनोधैर्याची खरी कसोटी लागली, असं बेंजामिन ग्रॅहॅमनं नंतर नमूद केलं. अर्थातच, सुखामध्ये लोळणारा मुलगा नंतर अनपेक्षितपणे आलेल्या संकटांमुळे वाया गेला, असं काही बेंजामिन ग्रॅहॅमच्या बाबतीत अजिबातच म्हणता येणार नाही. उलट त्यानं परिस्थिती चांगली असतानाही कोणत्याच प्रकारे उधळपट्टी केली नाही किंवा डोक्यात हवा जाऊ दिली नाही. त्यामुळे प्राप्त परिस्थिती आहे तशी स्वीकारायची, हा धडा त्याच्या मनावर बिंबवला गेला असं आपण म्हणू शकतो.

एकूणच आयझॅक आणि डोरा ग्रॅहॅम यांनी पूर्वीपासूनच आपल्या आर्थिक संपन्नतेचे दुष्परिणाम आपल्या मुलांवर होणार नाहीत याची पुरेपूर काळजी घेतली होती. मुलांना त्यांनी अजिबात लाडावलं नाही. उलट त्यांना नेहमी शिस्तीचे धडे देण्यावर त्यांचा भर असे. एकीकडे मौजमजा करण्यावर त्यांनी फार बंधनं घातली नाहीत; पण यामुळं मुलं

शेफारून जाऊ नयेत याकडे त्यांनी नीटपणे लक्ष दिलं. स्वाभाविकपणे बेंजामिन ग्रॅहॅम 'बिघडण्याचा' तसा प्रश्न उद्भवला नाही. हुशार विद्यार्थी आणि आज्ञाधारक मुलगा, अशी त्याची सुरुवातीपासूनच प्रतिमा होती आणि त्यानं ती सातत्यानं जपली.

अर्थात, एक गोष्ट मात्र नमूद करायला हवी. इतके दिवस बेंजामिन ग्रॅहॅमनं सुख, यश, आनंद एवढ्याच भावनांवर आधारलेलं जग अनुभवलेलं होतं. खऱ्या आयुष्यात असंख्य अडीअडचणी असतात, विलक्षण टक्केटोणपे सहन करावे लागतात, अशा गोष्टींची कल्पना त्याला आलेली नव्हती. आयझॅकच्या निधनानंतर मात्र अकस्मातपणे त्याच्यावर गरिबीचं संकट कोसळलं. लहान वयातच अशा प्रकारचा प्रचंड बदल अनुभवावा लागल्यामुळं हे सगळं बेंजामिन ग्रॅहॅमच्या मनावर कायमसाठी कोरलं गेलं. बहुधा अशा परिस्थितीमधून गेल्यामुळेच त्याच्या स्वभावात एक प्रकारचा सावधपणा आला. तोच सावधपणा त्याच्या गुंतवणुकीच्या निर्णयांमध्येही परावर्तित झाला. बेधडकपणे नफेखोरी करण्यासाठीची वृत्ती त्याच्यामध्ये येऊ शकली नाही. आपल्याला फार नुकसान सोसावं लागू नये, असा त्याचा स्वभाव बनत गेला.

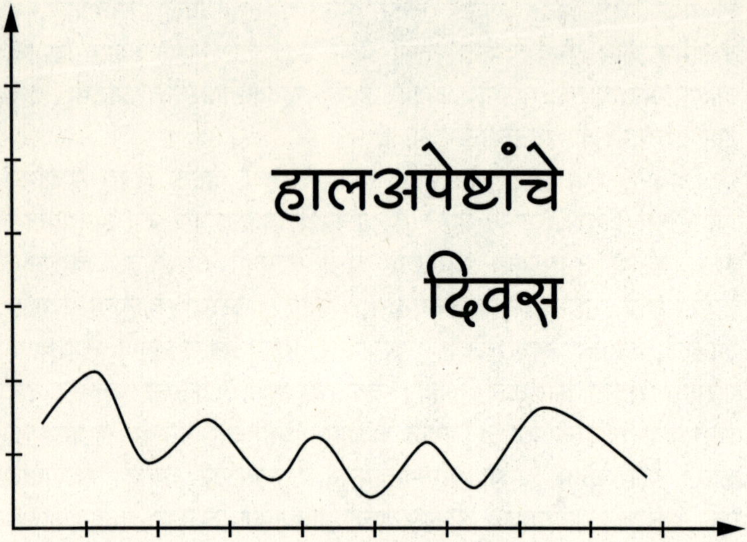

हालअपेष्टांचे दिवस

आपल्या वडिलांच्या मृत्यूला काही महिने होऊन गेल्यावर बेंजामिन ग्रॅहॅम न्यू यॉर्कच्या रस्त्यांवर उभं राहून वर्तमानपत्रं विकायला लागला. त्याचे वडील हयात असेपर्यंत बेंजामिन ग्रॅहॅमकडून फक्त शिक्षणात चांगलं यश मिळवण्यासंबंधीच्या अपेक्षा असायच्या. आता मात्र शाळेत चांगली कामगिरी करून दाखवण्याखेरीज बेंजामिन ग्रॅहॅमला आपल्या आईलाही विविध प्रकारे मदत करावी लागत असे. खास करून आपल्या कुटुंबाचा उदरनिर्वाह चालवण्यासाठी हातभार लावणं, त्याच्या दृष्टीनं गरजेचं झालं होतं. यासाठी तो आता वर्तमानपत्रं आणि मासिकं विकणं याखेरीज इतर विद्यार्थ्यांच्या शिकवण्या घेणं, गाईंच्या गोठ्यात मेहनत करणं, थिएटरमध्ये मदत करणं, कारखान्यामध्ये जमेल ते काम करणं, अशी अनेक कामं एकापाठोपाठ एक करायला लागला. हे त्याच्या महाविद्यालयीन

शिक्षणाच्या काळातही सुरू राहिलं. इतकंच नव्हे, तर शिक्षण संपवून शेअरबाजाराशी संबंधित असलेलं काम सुरू केल्यावरही बेंजामिन ग्रॅहॅम जास्तीची कमाई करण्यासाठी विद्यार्थ्यांना शिकवण्याची कामं घेत राहिला.

बेंजामिन ग्रॅहॅमचा शिष्य वॉरन बफे यानं गुंतवणुकीशी संबंधित असलेली पुस्तकं आपल्या वयाच्या आठव्या वर्षीच वाचायला सुरुवात केली असली, तरी स्वत: गुरू असलेल्या बेंजामिन ग्रॅहॅमचा गुंतवणुकीच्या विश्वातला प्रवेश मात्र इतक्या लवकर झाला नाही. अर्थातच, पैशांची खरी किंमत मात्र ग्रॅहॅमला बफेच्या मानानं खूपच आधी समजली. अचानकपणे आपलं कुटुंब 'राजाचा रंक' अशा अवस्थेत आल्यामुळं पैसे मिळवणं आणि ते साठवणं किती महत्त्वाचं आहे हे ग्रॅहॅमला वयाच्या नवव्या वर्षापासूनच समजायला लागलं. त्यातच पैसे कमावण्यासाठी खूप शारीरिक कष्ट घ्यावे लागल्यामुळं या कमाईचं खरखुरं मोल ग्रॅहॅमच्या मनावर कायमसाठी बिंबवलं गेलं. अर्थातच, अशा प्रकारे हाती आलेले पैसे सहजपणे गमावता कामा नयेत, अशी खूणगाठ त्यानं स्वत:च्या मनाशी बांधली. म्हणूनच विनाकारण धोका पत्करायचा नाही, असं आपोआपच त्याच्या मनावर ठसलं. कुणी बाहेरून तशी शिकवण त्याला देण्याची गरजच पडली नाही. पैसे अगदी जपून वापरायचे आणि ते गमवायचे नाहीत असं त्यानं कायमसाठी ठरवलं. शेअरबाजारामधल्या अनेक जणांच्या नजरेतून पैसा ही जणू एखादी अमूर्त गोष्टच असते. त्यामुळे नफा, तोटा वगैरे गोष्टीसुद्धा त्यांच्या दृष्टीनं कागदोपत्रीच असतात. म्हणजेच, आपल्याकडच्या कागदोपत्री संपत्तीत ठरावीक भर पडली किंवा घट झाली, असा त्यांचा या व्यवहारांच्या बाबतीतला दृष्टिकोन असतो. ग्रॅहॅमनं मात्र एकेक डॉलरचं मूल्य खऱ्या अर्थानं अनुभवलेलं असल्यामुळे त्याच्या नजरेतून पैसा ही अमूर्त स्वरूपाची गोष्ट नव्हती. पैशांवर त्याचं दैनंदिन आयुष्य अवलंबून असायचं. त्यामुळे नफा कमावण्यापेक्षा नुकसान होऊ नये यासाठी काय केलं पाहिजे, यावर त्याचा भर कायमच असे.

याखेरीज आणखी एका गोष्टीचाही ग्रॅहॅमच्या पैशांसंबंधीच्या विचारसरणीवर मोठा परिणाम झाला असावा. आयझॅक ग्रॅहॅमच्या मृत्यूनंतर ग्रॅहॅम कुटुंबाला घरकाम करण्यासाठी कुणाला कामाला ठेवणं परवडेनासं झालं. साहजिकच घरातली कामं सगळ्यांनी वाटून घ्यायचं ठरलं.

लिऑन आणि व्हिक्टर हे बेंजामिन ग्रॅहॅमचे भाऊ भांडी धुणं आणि ती वाळल्यावर जागेवर ठेवणं, घराची स्वच्छता करणं या कामांमध्ये आपल्या आईला मदत करायला लागले. जवळपास सगळ्या वस्तूंच्या खरेदीची जबाबदारी बेंजामिनवर आली. अत्यंत कमी पैशांमध्ये घर चालवण्यासंबंधीची कसरतच यामुळे त्याला करावी लागत असे. अगदी स्वस्तात उपलब्ध असलेल्या वस्तूच विकत घेण्याची सवय बेंजामिन ग्रॅहॅमला या काळात लागली. महागड्या गोष्टींकडे ढुंकूनसुद्धा बघायचं नाही, असा नियम त्यानं स्वतःसाठी घालून घेतला. तसंच आपल्याला हवी असलेली एखादी वस्तू महाग असेल तर ती स्वस्तात उपलब्ध होईपर्यंत थांबायचं किंवा तशीच दुसरी एखादी वस्तू कमी किमतीत उपलब्ध असेल, तर विकत घेऊन टाकायची, असं धोरण त्यानं स्वीकारलं. याचं एक उदाहरण म्हणजे बेंजामिन ग्रॅहॅमला टेनिसचा खेळ खेळायला आवडायचं; पण त्यासाठी टेनिसचे महागडे चेंडू विकत घेण्यासाठीचे पैसे त्याच्याकडे नसत. यावर उपाय म्हणून त्यानं मॅनहॅटन टेनिस क्लबमध्ये वापरून जुने झालेले चेंडू क्लबकडून खूप स्वस्त दरात मिळवण्यासाठी प्रयत्न केले. त्यात यश आलं आणि ग्रॅहॅम आणि त्याचे मित्र यांना खूप सवलतीच्या दरात टेनिसचे चेंडू मिळू शकले. क्लबवाल्यांच्या दृष्टीनं हे वापरून जुने झालेले चेंडू 'खराब' अवस्थेत असले, तरी ग्रॅहॅमला मात्र ते खूपच चांगले वाटले आणि ते दीर्घकाळ टिकलेसुद्धा.

डोरा ग्रॅहॅम ही बेंजामिन ग्रॅहॅमची आईसुद्धा आपल्यावर ओढवलेल्या या अनपेक्षित संकटाचा सामना शक्य तितक्या जबाबदारीनं करण्याचा प्रयत्न करत होती. काही बाबतींमध्ये मात्र ती आपल्याला आश्चर्य वाटेल असं काहीतरी करत असे. उदाहरणार्थ, तिनं आपल्या तिन्ही मुलांपासून लपवून महागडी बिस्किटं फक्त स्वतःसाठी ठेवली होती! असे अपवाद वगळता पूर्वीचं वैभवशाली आयुष्य विसरून ती नव्या स्थितीला सामोरं जात होती. तिनं आपल्या जीवनशैलीमध्ये कमालीचे बदल केले. तिचा निःस्वार्थीपणा आणि तिची जिद्द या गुणांमुळे बेंजामिन ग्रॅहॅम एकदम प्रभावित झाला. पूर्वी आयझॅक ग्रॅहॅम हयात असताना डोरा ग्रॅहॅम स्वतःला गमतीनं 'राजकन्या' म्हणवून घेत असे. आता मात्र एकदम बिकट परिस्थिती ओढवलेली असूनसुद्धा डोरानं तिचा सामना धैर्यानं केला. अगदी साधीसुधी कामं करतानासुद्धा आता ती अजिबात

काचकूच करायची नाही. अशा गोष्टींची तिला अजिबात सवय नव्हती. साहजिकच तिचं हे रूप बघून तिची मुलं थक्कच झाली. अक्षरश: रातोरात तिच्यामध्ये झालेले हे बदल खरोखरच वाखाणण्याजोगे होते. आपली आई कधी आपल्या घराची साफसफाई स्वत: करेल किंवा घरातली इतर असंख्य कामं स्वत: करेल, असं या मुलांनी पूर्वी स्वप्नातसुद्धा बघितलेलं नव्हतं. आता मात्र ती लीलया ही कामं करत असल्याचं त्यांना दिसत असे.

या दरम्यान आर्थिक परिस्थिती बरी असलेल्या एका मध्यवयीन माणसानं डोरासमोर पुनर्विवाहाचा प्रस्ताव ठेवला. अर्थातच, आपल्यावरचं संकट बिकट असल्यामुळं डोरा या प्रस्तावाला मान्यता देईल असं त्याला वाटत होतं. डोरानं मात्र या प्रस्तावावर थोडा विचार करून त्याला नकार दिला. खरं म्हणजे त्या माणसानं डोराला छानपैकी मेजवानी दिली आणि तिच्यासह एक नाटकही बघितलं. तसंच महागड्या चॉकलेट्ससकट काही भेटवस्तूही त्यानं डोराला दिल्या. यातल्या कशानंच डोराचं समाधान झालं नाही. तिला प्रेमाची आस होती. आयझॅकनंतर त्याच्यासारखं प्रेम आपल्यावर कुणी करू शकेल याची तिला खात्री नव्हती. या माणसाच्या वागण्याबोलण्यातून तिला ही आश्वस्तता मिळाली नाही. साहजिकच वरवर प्रभावी वाटतील अशा गोष्टींना तिनं महत्त्व दिलं नाही. यानंतरही डोरासमोर लग्नाचे इतर प्रस्ताव आले; पण त्यामधल्या कशालाच तिनं होकार दिला नाही. उर्वरित आयुष्यभर ती आपल्या मुलांबरोबरच राहिली. इतकंच नव्हे; तर आपल्या आर्थिक दुरवस्थेचा गैरफायदा कुणी घेऊ नये, यासाठी तिनं सातत्यानं प्रयत्न केले. म्हणूनच आपल्याला मदत करण्याचं आमिष दाखवून आपल्याशी लग्न करू पाहणाऱ्या काही पुरुषांनाही तिनं दूरच ठेवलं. दुर्दैवानं डोरानं आपल्या कुटुंबाची जबाबदारी आपल्या एकटीच्या खांद्यांवर घेण्यासाठी आणि ही जबाबदारी प्रामाणिकपणे पार पाडण्यासाठी खूप प्रयत्न केले असले, तरी त्यात तिला मर्यादित यशच लाभलं हे नमूद केलं पाहिजे.

आयझॅक ग्रॅहॅमच्या निधनानंतर काही दिवसांनी आपल्या छोट्या घराचं रूपांतर वसतिगृहात करण्याचा निर्णय डोरानं घेतला. हे घर म्हणजे त्यांचा पूर्वीचा आलिशान बंगला नव्हता. तो बंगला तर त्यांनी केव्हाच विकून टाकला होता. आता या वसतिगृहाच्या रूपानं आपल्याला

दरमहा ठरावीक उत्पन्न मिळू शकेल, अशी डोराला आशा वाटत होती. म्हणजेच आपल्या कुटुंबावरचं आर्थिक संकट काही प्रमाणात दूर करण्यासाठी हा उत्तम मार्ग ठरेल, असं तिचं मत होतं. तिनं त्यासाठी आवश्यक असलेल्या तरतुदी काही खटाटोप करून पूर्णत्वाला नेल्या. वसतिगृह सुरू झालं खरं; पण ते काही फार यशस्वी ठरू शकलं नाही. डोराला त्याविषयी वाटत असलेली आशा फोल ठरली. जेमतेम दोन वर्षांमध्येच हे वसतिगृह बंद पडलं. साहजिकच आपलं हे घर; म्हणजेच आताचं वसतिगृह आणि त्यामधल्या सगळ्या चीजवस्तू लिलावात विकून टाकण्याची पाळी डोरावर आली. हे सगळं करताना डोरा आणि तिची तीन मुलं यांना खूप मानसिक त्रास झाला. तसंच ही परिस्थिती त्यांच्या दृष्टीनं अत्यंत अपमानास्पद ठरली. घराचा लिलाव होत असताना आपण किती शरमिंदा झालेलो होतो, याचं वर्णन बेंजामिन ग्रॅहॅमनं तब्बल सहा दशकांनंतर लिखित स्वरूपात केलं, तेव्हाही त्याच्या शब्दांमध्ये त्या प्रसंगाच्या वेदना स्पष्टपणे दिसत होत्या.

आता कमाईचं हे साधनसुद्धा हातून गेल्यामुळे कशाच्या जोरावर घर चालवायचं हा प्रश्न डोरासमोर नव्यानं उभा राहिला. काहीतरी करून हातपाय मारणं तर तिच्या दृष्टीनं गरजेचं होतं. थोडा विचार करून तिनं नवी शक्कल लढवली. आपण आपल्याकडे शिल्लक असलेल्या रकमेमधला काही हिस्सा शेअरबाजारामध्ये गुंतवावा असं तिला वाटलं. त्यातही खास करून अमेरिकी पोलाद उद्योगामध्ये 'दादा' मानल्या जाणाऱ्यास 'यूएस स्टील' कंपनीत केलेली गुंतवणूक आपल्याला फलदायी ठरेल असं तिला वाटलं. तिच्या या निर्णयामागची कारणमीमांसा काय होती याची कल्पना नाही. या गुंतवणुकीसाठी डोरानं 'मार्जिन अकाउंट' उघडलं. म्हणजेच सुरुवातीला काही पैसे स्वत: गुंतवून शिवाय आणखी पैसे कर्जाऊ घेऊन गुंतवण्याचा तिचा विचार होता. नंतर बेंजामिन ग्रॅहॅमनं आपल्या आईच्या या निर्णयाचं स्पष्ट शब्दात केलेलं वर्णन 'गुंतवणूक नव्हे; तर नफेखोरी करण्याचा प्रयत्न' असं होतं. खरं म्हणजे डोराचा शेअरबाजारामध्ये पैसे गुंतवण्याचा अनुभव अक्षरश: शून्य होता. तसंच तिला या विषयामधली अगदी जुजबी माहितीसुद्धा नव्हती. तरीही सगळ्याच गोष्टी आपल्या विरोधात गेल्यानंतर हतबल झालेला माणूस, सुचेल ते सगळं करून बघायला लागतो, तशातला प्रकार

डोराच्या बाबतीत घडला, असं म्हणायला हरकत नाही. हे सगळं कमी म्हणून की काय; पण डोरानं १९०७ मध्ये अमेरिकी बँकांच्या बाबतीत सुरू झालेल्या महासंकटाच्या फक्त दोन महिने आधी शेअरबाजारात पैसे गुंतवण्याचा निर्णय घेतला हे नंतर स्पष्ट झालं. म्हणजेच डोरानं शेअरबाजारात आपलं नशीब आजमावायचा प्रयत्न करणं आणि काही दिवसांमध्येच तिथं अंदाधुंदीचं वातावरण तयार होणं, यांची जवळपास एकच गाठ पडली, असं म्हणायला हरकत नाही. या धूळधाणीमध्ये असंख्य लोकांचे पैसे बुडाले. डोरानं केलेली गुंतवणूकही पार फसली. तिचे थोडे पैसे बँकेत शिल्लक होते; पण बँकांसमोरच्या अडचणींच्या पार्श्वभूमीवर डोराची बँकसुद्धा आडवी झाली! यामुळे डोराकडे शिल्लक असलेली रक्कम जवळपास पूर्णपणे संपुष्टात आली!

बेंजामिन ग्रॅहॅमची शेअरबाजाराशी ओळख झाली ती अशी! खरं म्हणजे यापूर्वी तो वर्तमानपत्रांमध्ये शेअरबाजारासंबंधीच्या बातम्या वाचून त्या समजून घेण्याचा प्रयत्न करत असे. तसंच 'यूएस स्टील' कंपनीच्या शेअरच्या किमतींची दैनंदिन नोंदही तो ठेवत असे. त्यातून त्याला काही कळायचं नाही; फक्त शेअरची किंमत वर गेलेली असेल, तर तो खूश व्हायचा आणि ती खाली गेलेली असेल, तर त्याला वाईट वाटायचं. यापलीकडे त्यामधले बारकावे त्याला अजिबात समजत नसत. आता आपल्या आईनं शेअरबाजारामधल्या गुंतवणुकीसंबंधी केलेल्या घोडचुकीमुळे, अविचारीपणे घेतलेल्या गुंतवणुकीच्या निर्णयांमुळे काय घडू शकतं हे बेंजामिन ग्रॅहॅमला अगदी जवळून अनुभवायला मिळालं. किंबहुना, तिच्या या निर्णयाचा प्रत्यक्ष फटका दैनंदिन आयुष्यामधल्या हालअपेष्टांच्या रूपानं सोसावा लागल्यामुळे, भावनांच्या भरात केलेली गुंतवणूक अक्षरश: आपल्याला काही समजण्याच्या आतच होत्याचं नव्हतं करून टाकू शकते, हेही त्याला पक्कं उमगलं. याबरोबरच शेअरबाजारात गुंतवणूक करण्यासंबंधीचा त्याच्या मनातला सगळा उत्साह एकदम मावळून गेला. काही दशकांनंतर हाच शेअरबाजार आपल्या गुंतवणुकीसंबंधीच्या कौशल्यांमुळे पार हरखून जाणार असल्याचं आणि आपण या विश्वात अजरामर होणार असल्याचं बेंजामिन ग्रॅहॅमला तेव्हा माहीत असण्याची सुतराम शक्यताच नव्हती. शेअरबाजार हा विषयच त्याच्या आयुष्यातून हद्दपार झाल्यासारखा होता. नंतर याच

शेअरबाजाराच्या जोरावर आपण स्वत: भरघोस कमाई करू आणि इतरांनाही गुंतवणुकीसंबंधीचे बहुमोल धडे देऊ, असं तेव्हा त्याच्या स्वप्नातही आलं नसेल!

तेव्हा एकच गोष्ट अगदी लख्खपणे दिसत होती; ती म्हणजे आपल्या कुटुंबाचा उदरनिर्वाह करण्याची क्षमता आता डोरामध्ये जवळपास नव्हती. त्यासाठी जी काय धडपड करून बघायची ती तिनं करून बघितली होती; पण त्यात तिला यश लाभलं नव्हतं. यामुळं नाइलाजानं शरम वाटत असूनसुद्धा दोन वेळा ती आपल्या मुलांबरोबर मॉरिस या आपल्या भावाच्या घरी राहायला गेली. मॉरिसचा स्वभाव चिडका होता. साहजिकच बेंजामिन ग्रॅहॅम आणि त्याचे दोन भाऊ यांना आपल्या मामाच्या रागीटपणाचा फटका सोसावा लागला. यामुळं डोरा आणि मॉरिस यांच्यात खूप भांडणं व्हायची. काही वेळा ही भांडणं विकोपाला जाऊन ते दोघं इंग्रजी भाषा सोडून आपल्या मूळ पोलीश भाषेत आरडाओरडा करायला लागायचे. याचं कारण म्हणजे मुलांना पोलीश भाषा येत नसल्यामुळे डोरा आणि मॉरिस यांनी एकमेकांना केलेली शिवीगाळ आणि एकमेकांना उद्देशून वापरलेले अपशब्द हे त्या मुलांना समजत नसत. त्यातही बेंजामिन आणि लिऑन हे दोघं अभ्यासू आणि शांत स्वभावाचे असल्यामुळे मॉरिस त्यांना फारसं ओरडत नसे; पण स्वत:ही शीघ्रकोपी असलेल्या व्हिक्टरवर मात्र मॉरिस प्रचंड शब्दसुख घेई. आपला मामा डोक्यानं हुशार असला, तरी एखाद्या हुकूमशहासारखा वाटतो, अशी भावना डोराच्या तिन्ही मुलांच्या मनात पक्की कोरली गेली. मॉरिसला फ्रेड नावाचा मुलगा होता. आपल्या या मामेभावाशी बेंजामिन ग्रॅहॅमचं फारसं पटत नसे. नंतर या फ्रेडला मेंदूविज्ञानाशी संबंधित असलेल्या संशोधनासाठी नोबेल पारितोषिक मिळण्याची शक्यता निर्माण झाली! लहानपणी हा फ्रेड अत्यंत लाडावलेला मुलगा होता आणि तो खूप आगाऊपणे वागत असल्याचं बेंजामिन ग्रॅहॅमचं मत होतं.

एकूणच या सगळ्या घटनाक्रमामुळं बेंजामिन ग्रॅहॅमच्या मनात अत्यंत उदास आणि लाजिरवाण्या प्रकारच्या भावना दाटून येत असत. त्याला सगळ्यात जास्त दु:ख मात्र आपल्या आईला सतत दुसऱ्यांच्या उपकारांवर जगावं लागतं असं वाटल्यामुळं होत असे. बराच काळ डोराला स्वत:ची आणि आपल्या मुलांची गुजराण महिन्याला ७५

डॉलर्स एवढ्याच रकमेत करावी लागायची. तेव्हाच्या काळाच्या मानानंसुद्धा चार जणांच्या कुटुंबासाठी ही रक्कम अमेरिकी दारिद्र्यरेषेच्या बऱ्याच खाली होती. तरीही या सगळ्याकडे दुर्लक्ष करून बेंजामिन ग्रॅहॅम आपल्या दैनंदिन आयुष्यामध्ये गुंग होत असे. शाळा, अभ्यास, मित्रपरिवार, काम या सगळ्यामुळं त्याला आपल्याला सोसाव्या लागणाऱ्या अडचणींचा बहुतेक वेळा विसर पडायचा. आपल्या आईला सहन कराव्या लागणाऱ्या अडचणींचा मुद्दा मात्र कायम त्याच्या डोक्यात घोळत राही. नंतरच्या आयुष्यात बेंजामिन ग्रॅहॅमला मिळालेल्या यशामध्येही हा मुद्दा महत्त्वाचा ठरला असं म्हणता येईल. कदाचित, डोरा आपल्या दुरवस्थेला पुरेशी सरावली नाही, असं बेंजामिन ग्रॅहॅमला सतत वाटत राहिलं. म्हणूनच तिला आपण पुन्हा चांगले दिवस दाखवले पाहिजेत असा निश्चय त्यानं स्वत:च्या मनाशी केला असावा.

बेंजामिन ग्रॅहॅमला अनेक बाबतींमध्ये खटपट करायलाही आवडत असे. त्यानं आपल्या घराच्या दारावरच्या बेलमध्ये काही बदल केले. त्याच्या घरी काही लोक आलेले असताना या बेलमध्ये काहीतरी बिघाड झाला आणि त्यामुळे ही बेल खूप जोरजोरात वाजायला लागली. यामुळे नाइलाजानं बेंजामिन ग्रॅहॅमला आपल्या या संशोधनाला रामराम ठोकावा लागला. या सगळ्या गोष्टी बेंजामिन ग्रॅहॅमला नंतर नीटपणे आठवत होत्या. तसंच आपल्याला लहानपणी अनेक अप्रिय घटनांचा सामना करावा लागला असला, तरी या प्रतिकूल परिस्थितीमुळेच आपल्यामध्ये लढण्याची वृत्ती निर्माण झाली, असंही तो मानत असे. म्हणजेच अडचणींचा पाढा वाचत बसण्यापेक्षा त्यातून मार्ग काढण्याची शिकवण आपल्याला या काळानं दिली असल्याचं तो म्हणायला लागला.

हा अत्यंत प्रतिकूल काळ बेंजामिन ग्रॅहॅमला अत्यंत जिद्दी बनवणारा ठरला!

मार्जिन ऑफ सेफ्टी

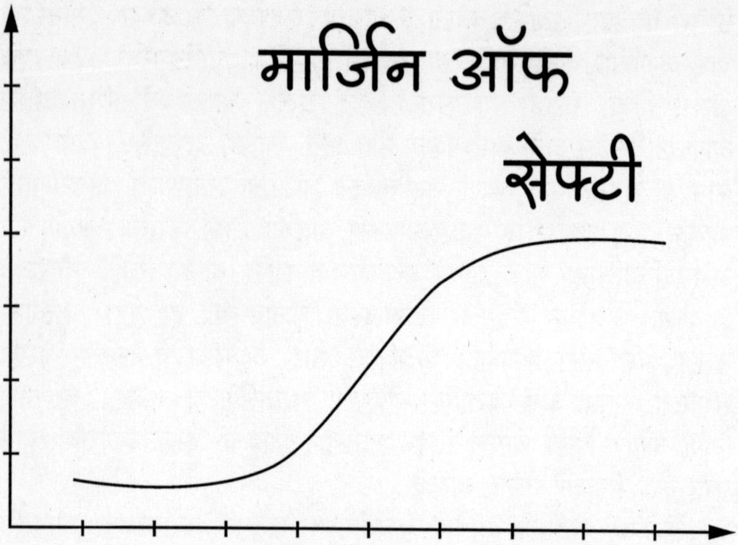

बेंजामिन ग्रॅहॅम, अर्थातच त्याच्या गुंतवणुकीविषयीच्या यशासाठी ओळखला जातो. म्हणूनच त्याचा आयुष्यप्रवास पुढे बघण्याआधी आपण त्याच्या गुंतवणूक विश्वाविषयी थोडक्यात बोलू.

गुंतवणुकीच्या विश्वात यश मिळवण्यासंबंधीचं रहस्य एका वाक्यात कसं सांगता येईल, असा प्रश्न बेंजामिन ग्रॅहॅमला विचारलेला असताना त्यानं, 'द इंटेलिजन्ट इन्व्हेस्टर' या पुस्तकात त्याचं उत्तर अशा शब्दांमध्ये दिलं : MARGIN OF SAFETY. इथवर न थांबता ग्रॅहॅमनं या पुस्तकावर या संकल्पनेवर आधारित असलेलं एक प्रकरणच लिहिलं. समजायला अत्यंत सोपी असलेली आणि खूपच प्रभावी ठरणारी ही संकल्पना बेंजामिन ग्रॅहॅमच्या गुंतवणुकीच्या शिकवणीच्या अगदी केंद्रस्थानी होती. साहजिकच असंख्य गुंतवणूकदारांच्या यशामध्ये या संकल्पनेचा वापर झाल्याचं

आपल्याला आढळून येईल. १९९० मध्ये वॉरन बफेनं '४२ वर्षांनंतरही हे तीन शब्द अत्यंत अचूक आहेत' असं लिहिलं होतं. तसंच जर ही संकल्पना कुठल्याही गुंतवणूकदारानं आत्मसात केली आणि तो त्यानुसार वागला तर त्याच्या हातून चूक होऊच शकत नाही असंही वॉरन बफे म्हणतो.

१९२९ मध्ये अमेरिकेमध्ये भीषण महामंदी सुरू झाली आणि ती जागतिक पातळीवर पसरली. याच्या सुमारे ९ वर्षं आधीच बेंजामिन ग्रॅहॅमनं आपली ही संकल्पना मांडली. त्याला तेव्हा असं का वाटलं असावं? अर्थातच, आधी उल्लेख केल्याप्रमाणे विलक्षण आर्थिक नुकसान सोसावं लागल्यामुळं बेंजामिन ग्रॅहॅमचा पैसे आणि गुंतवणूक यांच्याकडे बघण्याचा दृष्टिकोन अत्यंत सावध झाला होता. कदाचित सर्वसामान्य माणसाला तो अतिसावध वाटेलही; पण ग्रॅहॅमला ज्या परिस्थितीतून जावं लागलं, त्यातून जो माणूस जाईल त्यानं बहुधा अशाच प्रकारचा विचार केला असता. त्या काळाच्या मानानं तर इतका अतिसावध दृष्टिकोन कुठल्याही गुंतवणूकदारानं बाळगणं अत्यंत दुर्मीळ होतं. १९२० च्या दशकात अमेरिकी अर्थव्यवस्था वेगानं वर जात होती. शेअरबाजार प्रचंड तेजीत होता. कुठल्याही सर्वसामान्य माणसानंही शेअरबाजारात पैसे गुंतवले, तर त्यात थक्क करून सोडणाऱ्या वेगानं वाढ होत होती. अशा परिस्थितीत बेंजामिन ग्रॅहॅमनं अतिसावध दृष्टिकोन बाळगणं अत्यंत आश्चर्यकारक वाटण्यासारखं होतं. एकीकडे असंख्य लोकांच्या गुंतवणुकीचे आकडे खूप वेगानं वाढत असताना, दुसरीकडे बेंजामिन ग्रॅहॅमला मात्र आपल्या गुंतवणुकीच्या वाढीचा विचार न करता, आपल्या मूळ मुदलामध्ये घट होऊ नये, अशा अगदी साध्या अपेक्षा बाळगत होता. म्हणजेच आपला फायदा झाला नाही तरी चालेल, पण आपलं नुकसान होता कामा नये, असा त्याचा विचार होता. साहजिकच मूळ गुंतवणुकीमध्ये वेगानं वाढ होत असेल, तर अशा गुंतवणुकीमधून आपल्याला नफा मिळणं तर दूरच; पण उलट विलक्षण नुकसान सोसावं लागेल, अशी भीती बेंजामिन ग्रॅहॅमला वाटत होती. ही गुंतवणूक नसून नफेच्या हावेपोटी केलेली सट्टेबाजी आहे, असं त्याचं मत होतं. स्वाभाविकपणे आपल्या नैसर्गिक स्वभावाशी आणि अनुभवांशी न जुळणाऱ्या गुंतवणुकीच्या धोक्यांमध्ये पडायचं नाही, असं त्यानं स्पष्टपणे ठरवून टाकलं. १९४०

च्या आपल्या एका व्याख्यानामध्ये त्यानं याविषयीचं आपलं मतही स्पष्टपणे मांडलं. त्याच्याच शब्दांमध्ये सांगायचं, तर ते मत 'जर आपण नफेखोरी करणाऱ्या लोकांच्या समूहाच्या नादाला लागून गुंतवणूक केली, तर आपलं दीर्घकालीन नुकसानच होणार हे नक्की ठरलेलं आहे' असं होतं. गुंतवणुकीच्या संदर्भातलं त्याचं मत अगदी स्पष्ट होतं. जी गुंतवणूक आपल्याला आपलं मूळ मुद्दल समाधानकारक परताव्यासह परत करेल, अशी गुंतवणूकच योग्य आहे, असं तो म्हणत असे. या प्रकारामध्ये न मोडणारी गुंतवणूक ही गुंतवणूक नसतेच; ती तर नफेखोरी असते, असं ग्रॅहॅम म्हणत असे.

कदाचित आधुनिक काळातल्या आपल्यासारख्या लोकांना बेंजामिन ग्रॅहॅम जे सांगायचा ते काही विशेष वाटणार नाही. सर्वसामान्य बुद्धीला पटेल अशाच या संकल्पना आहेत आणि त्यात फार काही ज्ञान भरलेलं नाही असं आपल्यापैकी अनेक जण म्हणतील. बेंजामिन ग्रॅहॅमचा काळ मात्र वेगळा होता. १९२० च्या दशकामध्ये सर्वसामान्य लोक तर अक्षरशः वेड लागल्यासारखी नफेखोरी करण्याच्या प्रयत्नात होतेच; पण शिवाय गुंतवणुकीच्या कामामध्ये असलेल्या व्यावसायिक कंपन्याही त्याच मार्गानं जात होत्या. अतिआत्मविश्वासानं भारून गेल्यासारखा जो तो माणूस शेअरबाजाराकडे सट्टाबाजारासारखा बघत होता. शेअरबाजार कृत्रिम फुगवट्यामुळे नुसता वरच जात होता. अर्थातच, अशा प्रकारे शेअरबाजारामध्ये आर्थिक फुगवटे अनेकदा आलेले आहेत. याचं अलीकडच्या काळात गाजलेलं उदाहरण म्हणजे १९९० च्या दशकाच्या उत्तरार्धामध्ये तंत्रज्ञानविषयक कंपन्यांच्या शेअर्सच्या वाढत गेलेल्या किमतींचं म्हणून देता येईल. या क्षेत्रामधल्या प्रस्थापित कंपन्यांच्या शेअर्सच्या किमती तर वाढत गेल्याच; पण अक्षरशः रातोरात कुत्र्याच्या छत्र्यांप्रमाणे उगवलेल्या असंख्य कंपन्यांचे शेअर्सही विलक्षण वेगानं वर जात राहिले. अर्थातच माहिती तंत्रज्ञान आणि दूरसंचार या क्षेत्रांमुळे जग पार बदलून जाणार आणि त्याचा फायदा या कंपन्यांना होणार, असं मानलं जात असल्यामुळे हे घडलं होतं. या सगळ्यापासून बेंजामिन ग्रॅहॅमचा चेला असलेला वॉरन बफे पार दूर राहिला. आपल्याला या कंपन्यांच्या बाबतीतलं काहीही समजत नाही, असं त्यानं कुठलाही कमीपणा न समजता स्पष्ट केलं. इतकंच नव्हे, तर अशा प्रकारे या

कंपन्यांचे शेअर्स इतक्या वेगानं वर जाणं, ही निव्वळ सट्टेबाजी असल्याचं मतही त्यानं जाहीररीत्या मांडलं. याचं मुख्य कारण म्हणजे आपली मूळ गुंतवणूक; म्हणजेच आपलं मुद्दल आणि त्या गुंतवणुकीवर मिळणारा परतावा याविषयी कोणतीच खात्री नसल्याचं बफेचं स्पष्ट मत होतं. अशा प्रकारे बफेचं मत इतर असंख्य लोकांच्या मतांशी अजिबात न जुळण्याचे प्रकार कित्येकदा घडले. अशा वेळी सगळं जग एका दिशेकडे निघालेलं असूनही आपण मात्र वेगळ्याच मार्गानं जात आहोत, असा अत्यंत जगावेगळा विचार करूनही बफे सगळ्या समूहाच्या मार्गानं पुढे गेला नाही. आपण आपलं मत अत्यंत सखोल विचार करून बनवलेलं असल्यामुळं आणि त्यामागं आपला स्पष्ट विचार असल्यामुळं इतर कुणाचा विचार करण्याची गरज नसल्याचं बफे नेहमीच म्हणत असे. याही वेळी तेच घडलं. असंख्य लोक वेड्यासारखे शेअरबाजारात हावेपोटी नुसते धावत सुटलेले असताना, बफे मात्र शांतपणे आपल्याला हव्या त्या वेगानं आणि हव्या त्या कंपन्यांमध्येच गुंतवणूक करत राहिला. अर्थातच बफेच्या या विचारसरणीमागे आणि कृतीमागे बेंजामिन ग्रॅहॅमची शिकवण आहे; हे वेगळं सांगायला नको.

बेंजामिन ग्रॅहॅमच्या विचारांचं महत्त्व असं, की एकाच वेळी असंख्य लोक शेअरबाजारामध्ये सण असल्यासारख्या उत्साहानं गुंतवणूक करत असतानाही त्यांचं म्हणणं चुकीचं आहे हे ठामपणे सांगण्याचं धैर्य त्याच्यामध्ये होतं. म्हणजेच असंख्य लोक चूक आणि आपणच बरोबर असं म्हणण्याचं धाडस त्यानं केलं. अशा प्रकारे समूहाच्या मानसिकतेच्या एकदम विरोधात जाणं आणि त्यामागची स्पष्ट कारणमीमांसा करणं हे बेंजामिन ग्रॅहॅमच्या यशामागचं रहस्य होतं. या संदर्भातलं त्याचं विवेचन एकदम बोलकं आहे: 'शेअरबाजारामध्ये इतके तज्ज्ञ लोक मोठ्या प्रमाणावर एका दिशेनं जात असताना त्याच्या विरोधात ठोस विचारसरणीच्या आधारे कृती करणं हे वेडेपणाचं मानलं जाऊ शकतं – असं असूनही आमची कारकीर्द आणि आमचा नावलौकिक या गोष्टी या विचित्र वाटतील अशा धोरणावर आधारलेल्या आहेत हे खरं'. बेंजामिन ग्रॅहॅमनं इतक्या ठामपणे आपल्या निर्णयांना चिकटून राहण्यामागं त्याचा निश्चयी स्वभाव आणि आपल्या विचारसरणीविषयीचा त्याचा प्रचंड आत्मविश्वास या गोष्टी होत्या. आपल्या मतांना चिकटून राहण्यासाठीची चिकाटी

त्याच्यामध्ये होती. आपली मतं साफ चुकीची ठरत असल्याचं काही काळ दिसत असूनही घाबरून न जाता किंवा आपली सहनशक्ती संपुष्टात येऊ न देता आपल्या निर्णयावर ठाम राहण्याचं त्याचं हे धाडस खरोखरच कौतुकास्पद होतं. गुंतवणुकीच्या संदर्भात इतर लोक मांडत असलेल्या 'तांत्रिक', तसंच 'बाजाराशी संबंधित' मुद्द्यांना बेंजामिन ग्रॅहॅम स्पष्टपणे 'नफेखोरी करण्याचे प्रयत्न' म्हणून नाकारत असे.

आपल्या गुंतवणुकीविषयीच्या या संकल्पनांमधून बेंजामिन ग्रॅहॅमनं आणखी एक महत्त्वाचा मुद्दा मांडला. गुंतवणूक करण्यासाठी किंवा ती काढून घेण्यासाठी योग्य वेळ साधणं जवळपास अशक्य असल्याचं मत त्यानं मांडलं. म्हणजेच आपण केव्हा पैसे गुंतवायचे आणि केव्हा ते काढून घ्यायचे याविषयीची भाकितं स्वत:च्या मनात करून त्यानुसार गुंतवणूक करण्यात काही चुकीचं नसलं, तरी शेअरबाजाराच्या दिशेनुसार हे निर्णय घेणं म्हणजे सट्टेबाजी करणं अशी ग्रॅहॅमची खात्री झाली. या सगळ्यांमध्ये आपला वेळ फुकट घालवू नये, असा ग्रॅहॅमचा सिद्धांत होता. गुंतवणूकदारानं यश मिळवण्यासाठी चांगल्या कंपन्या शोधल्या पाहिजेत, असं त्याचं मत होतं. चांगली कंपनी म्हणजे बरीच वर्षं अस्तित्वात असलेली आणि सातत्यानं चांगली कामगिरी करून दाखवणारी कंपनी असा त्याचा अर्थ होता. अशा कंपनीचा आर्थिक ताळेबंद भरभक्कम असतो. म्हणजेच अशा कंपनीची मालमत्ता समाधानकारक असते; तसंच तिच्यावर अगदी मोजकी कर्जं असतात; किंवा ती नसतातच. अशा कंपनीला दीर्घकाळ सातत्यानं समाधानकारक उत्पन्नही मिळत असतं. अशा प्रकारच्या कंपनीचे शेअर्स विकत घेतल्यावर यश मिळण्याची शक्यता खूप जास्त असते. अर्थातच, हे काही अचूकपणे यश मिळवून देणारं विज्ञान नसल्यामुळे कधी कधी त्यात अपयशही येऊ शकतं. तसंच मुळात अशा शेअरची आपली खरेदी किंमत जास्त असेल, तर या कंपनीची कामगिरी चांगली होत राहूनसुद्धा आपल्याला किती नफा होईल याची शाश्वती देता येत नाही. म्हणजेच चांगल्या कंपनीच्या शेअर्सची खरेदीसुद्धा योग्य किमतींनाच केली पाहिजे, असं बेंजामिन ग्रॅहॅमला म्हणायचं होतं.

जेव्हा चांगल्या कंपन्यांच्या शेअरची किंमत घसरते, तेव्हा त्या शेअरची 'खरी' म्हणजेच पायाभूत किंमत आणि बाजारात ज्या किमतीला

तो शेअर उपलब्ध आहे ती किंमत यात फरक निर्माण होतो. असं का व्हावं? याचं कारण म्हणजे कधी कधी गुंतवणूकदार अचानकपणे चांगल्या कंपन्यांच्या शेअर्सना कमी लेखतात आणि खराब कंपन्यांच्या शेअर्सच्या बाबतीत अति उत्साह दाखवतात. शेअरबाजारात अशा प्रकारची विषमता अधूनमधून आढळून येते. अशी परिस्थिती जेव्हा निर्माण होईल, तेव्हा गुंतवणूकदारांनी चांगल्या कंपन्यांच्या शेअर्सच्या घसरलेल्या किमतींचा फायदा उठवला पाहिजे, असं बेंजामिन ग्रॅहॅम म्हणत होता. शेअरची खरी किंमत आणि बाजारात तो शेअर ज्या किमतीला उपलब्ध असेल तो दर यांच्यामधला फरक म्हणजेच बेंजामिन ग्रॅहॅमची 'मार्जिन ऑफ सेफ्टी' होती. सुरक्षिततेची ही पातळी जितकी मोठी असेल, तितकी गुंतवणूकदाराची गुंतवणूक यशस्वी ठरण्याची शक्यता जास्त असते. म्हणजेच गुंतवणूकदाराचं मूळ मुद्दल परत मिळण्याची आणि शिवाय त्या मुदलावर परतावा मिळण्याची शक्यता वाढते.

या संदर्भात आपण एक सोपं समीकरण मांडू शकतो. बेंजामिन ग्रॅहॅमचं मूळ समीकरण इंग्रजीमध्ये दिलेलं आहे; तर आपल्याला ते सहजपणे समजावं म्हणून मराठीतही लिहिलेलं आहे :

Margin of Safety = Intrinsic Value – Current Market Price of Security

सुरक्षेची पातळी = शेअरची खरी पायाभूत किंमत – शेअरचा सध्याचा बाजारभाव

अर्थातच, एखाद्या कंपनीच्या शेअरचा सध्याचा बाजारभाव खूपच खाली आलेला असेल; पण त्या शेअरची खरी किंमत खूप जास्त असेल तर गुंतवणुकीची सुरक्षेची पातळी खूप जास्त असेल. म्हणजेच गुंतवणूकदाराचं नुकसान होण्याची शक्यता बरीच कमी असेल. याचाच अर्थ कुठल्याही गुंतवणूकदारानं आंधळेपणानं गुंतवणूक न करता शेअरची किंमत खाली येण्याची वाट बघून ती खाली आल्यावर शेअर्सची खरेदी करणं ही अपयश टाळण्याची जवळपास खात्रीच असते.

आपण शेअरबाजाराचा अभ्यास करत नसून, चांगल्या कंपन्यांच्या

भवितव्याविषयीचा अभ्यास करत असल्याचं स्पष्ट करायचं असल्यामुळं बेंजामिन ग्रॅहॅमनं आपल्या पद्धतीला नावही 'मार्केट ॲनॅलिसिस' असं न देता 'सिक्युरिटी ॲनॅलिसिस' असं दिलं. यामधला 'सिक्युरिटी' हा अर्थ 'एखाद्या कंपनीचा शेअर' अशा अर्थानं वापरला जातो. म्हणजेच आपण शेअरबाजारात होत असलेल्या शेअर्सच्या किमतींच्या हालचालींना खूप महत्त्व देत नसून कुठल्याही शेअरच्या खऱ्या किमतीचा शोध घेण्यासाठी प्रयत्नशील असल्याचं बेंजामिन ग्रॅहॅमला सांगायचं होतं.

यातून निर्माण होत असलेला पुढचा प्रश्न म्हणजे कुठल्याही कंपनीच्या शेअरची खरी पायाभूत किंमत किती आहे हे कसं ठरवायचं?

पायाभूत किंमत

आधी दिलेल्या समीकरणानुसार गुंतवणूकदाराला आपल्या गुंतवणुकीमधल्या सुरक्षिततेची पातळी ठरवण्यासाठी त्या शेअरचा सध्याचा बाजारभाव आणि त्या शेअरची खरी पायाभूत किंमत एवढ्याच दोन गोष्टींची माहिती असावी लागते. उदाहरणार्थ, समजा सध्या रिलायन्स कंपनीचा एक शेअर १०४५ रुपयांना उपलब्ध असेल; पण रिलायन्स कंपनीच्या एका शेअरची खरी पायाभूत किंमत १२७० रुपये असल्याचं आपल्या लक्षात आलं, तर आपल्या या कंपनीच्या शेअर्समधल्या गुंतवणुकीच्या सुरक्षिततेची पातळी १२७० वजा १०४५ म्हणजेच २२५ रुपये असल्याचं लक्षात येईल. याउलट रिलायन्सच्या एका शेअरचा सध्याचा बाजारभाव समजा १०४५ रुपयांच्या खाली असेल तर आपल्या गुंतवणुकीमध्ये सुरक्षितता अजिबात तर नाहीच; पण उलट आपण या कंपनीचे शेअर्स विकत घेणं म्हणजे धोका पदरात पाडून घेणं असा अर्थ होईल.

इथं दोन गोष्टी आपल्या लक्षात येतील. पहिली गोष्ट म्हणजे कुठल्याही कंपनीच्या शेअरची सध्याची किंमत; म्हणजेच तिचा बाजारभाव ही गोष्ट आपल्याला माहीत हवी. अर्थातच ही माहिती अगदी सहजपणे उपलब्ध असते. शेअरबाजारातले व्यवहार सुरू असताना ही किंमत वर-खाली होत राहते आणि शेअरबाजाराचं कामकाज संपल्यावर ही किंमत पुन्हा शेअरबाजार उघडेपर्यंत स्थिरावते. म्हणजेच कुठल्याही शेअरचा बाजारभाव किती हे शोधणं फार अवघड नाही. टीव्ही, इंटरनेट,

वर्तमानपत्र अशा अनेक ठिकाणी ही माहिती सहजपणे मिळू शकते. दुसरी गोष्ट म्हणजे या कंपनीच्या शेअरचा बाजारभाव कितीही असला, तरी त्या शेअरचं खरं पायाभूत मूल्य किती हेही आपल्याला ठाऊक असलं पाहिजे. जसं कुठल्याही कंपनीच्या शेअरचा सध्याचा बाजारभाव किती; हे अगदी सहजपणे आपल्याला समजू शकतं, तसं मात्र त्या शेअरच्या खऱ्या पायाभूत किमतीविषयी समजू शकत नाही. याचं कारण म्हणजे ही माहिती कुठे छापून वगैरे येत नाही. मुळात त्या शेअरची खरी पायाभूत किंमत किती हे ठरवायचं कसं, याविषयीच बहुतेक कुणाला माहीत नसतं. आपल्या १९३४ च्या 'सिक्युरिटी ॲनॅलिसिस' या पुस्तकात बेंजामिन ग्रॅहॅम आणि त्याचा सहलेखक डेव्हिड डॉड यांनी स्पष्टपणे तसं लिहिलंच होतं. कुठल्याही कंपनीच्या शेअरची खरी पायाभूत किंमत किती हे ठरवण्यासाठी सगळ्यांची सहमती असलेलं एखादं समीकरण वगैरेही नसतं. साहजिकच याविषयी वादविवाद असू शकतात.

म्हणूनच कुणालाही एखाद्या कंपनीच्या शेअरची खरी पायाभूत किंमत किती हे ठरवता यावं यासाठी बेंजामिन ग्रॅहॅमनं एक समीकरण तयार केलं. ते वरवर किचकट वाटलं, तरी प्रत्यक्षात सोपं आहे.

$$V = \frac{EPS \times (8.5 = 2g) \times 4.4}{Y}$$

आता याचा अर्थ समजून घेण्याचा प्रयत्न करू. यात सुरुवातीला काही संज्ञा येतील. त्यांची ओळख नसलेल्यांनाही त्या समजाव्यात म्हणून पुढे त्यांचं स्पष्टीकरण दिलं आहे.

V = शेअरची खरी पायाभूत किंमत

EPS = या कंपनीच्या गेल्या वर्षभरातल्या Earnings Per Share ची किंमत

8.5 = अजिबात वाढ होत नसलेल्या कंपनीचा पी/ई रेशो

g = पुढच्या ८-१० वर्षांमध्ये होणाऱ्या वृद्धीचा अंदाजे दर

4.4 = कुठलाही धोका न पत्करता केलेल्या गुंतवणुकीवर मिळू शकणारा परतावा

आता यामधल्या काही संकल्पना समजून घेण्याचा प्रयत्न करू. कुठल्याही कंपनीला मिळालेला निव्वळ नफा भागिले त्या कंपनीचे बाजारात उपलब्ध असलेले शेअर्स म्हणजे त्या कंपनीचा EPS असतो. त्यात सातत्यानं वाढ होत राहणं चांगलं असतं. याचं कारण म्हणजे त्या कंपनीला मिळत असलेल्या प्रतिशेअर नफ्यामध्ये वाढ होत आहे, असा त्याचा अर्थ होतो. तसंच कुठल्याही शेअरच्या सध्याच्या बाजारभावाला त्या शेअरच्या EPS नं भागलं, की आपल्याला त्या शेअरचा पी/ई रेशो मिळतो.

आता प्रत्यक्षात या समीकरणाचा वापर काही कंपन्यांसाठी करून बघू.

काही काळापूर्वी गुगल कंपनीतून जन्मलेल्या अल्फाबेट कंपनीच्या बाबतीत या समीकरणामधल्या किमती अशा होत्या :

EPS = ३४.४७

g = १५.८%

Y = ३.५६%

आपल्या समीकरणात या किमती वापरल्या तर आपल्याला या अल्फाबेट किमतीच्या एका शेअरची खरी पायाभूत किंमत ९७१.३६ डॉलर्स असल्याचं दिसून येईल. प्रत्यक्षात तेव्हा या कंपनीच्या शेअरचा बाजारभाव ८४५.०३ डॉलर्स होता. म्हणजेच या शेअरमध्ये गुंतवणूक करणाऱ्या गुंतवणूकदाराच्या सुरक्षिततेची पातळी साधारण १२६ डॉलर्स होती.

याउलट कॅटरपिलर नावाच्या दुसऱ्या कंपनीच्या बाबतीत आपल्याला बरोबर उलटा निष्कर्ष मिळेल :

EPS = ३.२६

g = ८.६%

Y = ३.५६%

या किमती वापरून आपल्याला या कंपनीच्या एका शेअरची खरी पायाभूत किंमत ६२.८६ डॉलर्स असल्याचं लक्षात येईल. तिचा त्या वेळचा बाजारभाव मात्र ९८.९९ डॉलर्स होता. याचाच अर्थ या शेअरची किंमत साधारण ३७ डॉलर्सनी घसरल्यावरच तो 'ना नफा ना तोटा' तत्त्वावर खरेदीसाठी विचारात घेतला जाऊ शकतो. तोपर्यंत त्याला हात लावणं अत्यंत धोकादायक ठरेल!

बेंजामिन ग्रॅहॅमच्या पुढच्या आयुष्यप्रवासाकडे वळण्यापूर्वी त्याच्या या मूलभूत संकल्पना आपल्याला आता समजल्या असतीलच.

कोलंबियापाठोपाठ वॉल स्ट्रीट!

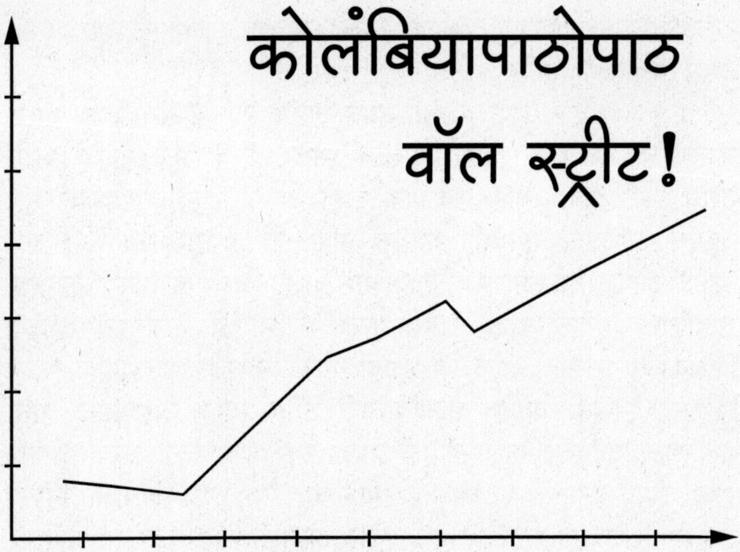

बेंजामिन ग्रॅहॅमचं शैक्षणिक आयुष्य त्याच्या वयाच्या पाचव्या वर्षी सुरू झालं. अर्थातच, तेव्हा तो 'बालवाडी'त जात असे. तिथं त्याला खूप मजा येत असली, तरी एक अडचण होती. बेंजामिन ग्रॅहॅमला जेव्हा लघुशंका येई, तेव्हा त्याच्याबरोबर एका शिक्षिकेनं जाणं अनिवार्य असे. याचं कारण म्हणजे त्याला आपल्या पॅंटची बटणं काढायला आणि लावायला जमायचं नाही! साहजिकच दर वेळी त्याच्याबरोबर कुणीतरी जाणं क्रमप्राप्त झालं. काही काळातच हे कटकटीचं झाल्यामुळं शाळेनं बेंजामिन ग्रॅहॅमला आत्ता शाळेत न पाठवता आणखी काही महिन्यांनी पाठवावं, असं त्याच्या पालकांना कळवलं. त्यामुळे आणखी दीड वर्ष घरीच राहण्याची वेळ ग्रॅहॅमवर आली. यामुळे तो खूप नाराज झाला. आपले भाऊ शाळेत जातात आणि आपल्याला मात्र घरी बसून राहावं लागतं, ही गोष्ट त्याला

अजिबात आवडली नाही. अर्थातच, त्याचा नाइलाज झाल्यामुळे त्याच्यासमोर दुसरा पर्याय नव्हताच!

१९०० च्या सप्टेंबर महिन्यात ग्रॅहॅम न्यू यॉर्कमधल्या १५७ क्रमांकाच्या सरकारी शाळेत दाखल झाला. तिथं अंक आणि अक्षरं तसंच छोटे शब्द त्यानं शिकावेत अशी अपेक्षा होती. एवढ्यावर मात्र ग्रॅहॅमचं अजिबात समाधान व्हायचं नाही. तो भराभर सगळं शिकला आणि आपल्याला आणखी शिकायचं आहे, असं म्हणायला लागला. साहजिकच त्याची बुद्धी सर्वसामान्य मुलांसारखी नसल्याचं त्याच्या शिक्षकांच्या लक्षात आलं. महत्त्वाची गोष्ट म्हणजे त्याच्यामध्ये फक्त बुद्धिमत्ता नसून, वागण्याबोलण्याचीही उत्तम समज असल्याचं त्यांचं मत झालं. ग्रॅहॅमच्या या प्रगतीमुळे त्याला सहा महिन्यांच्या अभ्यासक्रमाचा एक टप्पा वगळून पुढच्या सहामाहीच्या वर्गात घालण्याचा निर्णय त्याच्या शिक्षकांनी घेतला. हाच प्रकार आणखी दोन वेळा घडल्यामुळं, इतर मुलांच्या मानानं ग्रॅहॅम दीड वर्ष पुढे गेला. शालेय अभ्यासक्रमाव्यतिरिक्त इतर पुस्तकं वाचण्याचं ग्रॅहॅमला या काळात वेडच लागलं. त्याची बौद्धिक भूक प्रचंड असल्यामुळं नियमित अभ्यासक्रमामध्ये शिकवल्या जाणाऱ्या गोष्टींनी त्याचं समाधान होत नसे. त्याची ही वाचनाची आवड आयुष्यभर टिकली. अनेक निरनिराळ्या विषयांवरची पुस्तकं तो वाचत असे. मोठेपणी तर फक्त इंग्रजी भाषेतली नव्हे, तर इतर भाषांमधली पुस्तकंही तो वाचायला लागला. एकूणच ग्रॅहॅमला पुस्तकं वाचणं आणि आपली बौद्धिक क्षमता वाढवणं या गोष्टींचा विलक्षण छंद होता. आपल्या कामातून लवकर निवृत्ती पत्करून ग्रॅहॅमनं कालांतरानं पुस्तकं वाचणं, त्यांचा अनुवाद करणं, लिहिणं यावर खूप भर दिला. इतर लोक भटकणं, गॉल्फ खेळणं वगैरे गोष्टींमध्ये वेळ घालवत असताना, ग्रॅहॅमनं मात्र आपला वेळ लिखाण-वाचन यातच घालवला. ग्रॅहॅमच्या मृत्यूनंतर प्रकाशित झालेल्या त्याच्या आत्मचरित्राला प्रस्तावना लिहिणाऱ्या प्राध्यापक सेमूर चॅटमन यांनी त्यात 'स्व-शिक्षण हेच सर्वोत्तम आणि टिकाऊ शिक्षण असतं हे ग्रॅहॅमकडे बघून आपण खात्रीनं सांगू शकतो' असं म्हटलं होतं.

ग्रॅहॅमची बौद्धिक क्षमता आणि त्याची जिज्ञासा या गोष्टी त्याच्या मित्रांना आणि घरच्या मंडळींना अगदी ठळकपणे जाणवायच्या. अशा

प्रकारची बुद्धिमत्ता लाभलेल्या बहुतेक जणांना शारीरिक कष्टांमध्ये, खेळांमध्ये, व्यायामामध्ये रस नसतो. ग्रॅहॅमचाही याला अपवाद नव्हता. शारीरिकदृष्ट्या तो जरा अवघडलेलाच भासे. त्याच्या शाळेमध्ये व्यायाम आणि खेळ यात सगळ्या विद्यार्थ्यांना सहभागी होण्याची सक्ती असल्यामुळे नाइलाजानं ग्रॅहॅम त्यात सहभागी होई. हे करताना त्याला अजिबात मजा यायची नाही. तसंच आपल्याला यातलं काहीच जमत नसल्याच्या जाणिवेपोटी त्याला खूप लाजही वाटत असे. यामुळे सगळ्यांसमोर आपला अपमान होत असल्याची भावना त्याला सतावत राही. व्यायाम करताना किंवा खेळताना ग्रॅहॅमला साध्या गोष्टीसुद्धा कशा काय जमत/समजत नाहीत, याचं त्याच्या शिक्षकांना खूप आश्चर्य वाटायचं. आपोआपच याचा परिणाम त्याची खिल्ली उडवली जाण्यात होई. ग्रॅहॅमला या सगळ्या शारीरिक गोष्टींमध्ये काडीमात्र रस नसला, तरी त्याला नाइलाजानं त्यांचा पूर्तता करावीच लागे.

अभ्यासात मात्र ग्रॅहॅम चमकत असे. अर्थात, कधी कधी विचारात पार गुंगून गेलेला असताना ग्रॅहॅम विसरभोळ्यासारखा वागायचा. याचा त्याला कधी कधी फटकाही बसत असे. शाळेत असताना 'मॅक्सवेल परीक्षा' नावाच्या चाचणीला सगळ्यांना सामोरं जावं लागायचं. ही चाचणी कठीण असल्यामुळं सगळी मुलं तिला टरकून असत. जेव्हा ही चाचणी घेतली गेली तेव्हा ग्रॅहॅम त्यामधल्या प्रश्नांमध्ये पार गुंग झाला. इतर विद्यार्थ्यांना ही परीक्षा फार जड जात असली, तरी ग्रॅहॅमनं आत्मविश्वासानं प्रश्न सोडवायला सुरुवात केली. इतरांचे ५ प्रश्न वाचून-समजून घेऊन होत नाहीत तोपर्यंत ग्रॅहॅमनं ते सोडवलेसुद्धा! खुशीत त्यानं ही अवघड परीक्षा आपल्याला चांगली गेली, असं म्हणून आपली उत्तरपत्रिका पर्यवेक्षकाला दिली आणि तिथून तो बाहेर पडला. दुर्दैवानं नंतर या परीक्षेत ५ नव्हे तर ७ प्रश्न असल्याचं ग्रॅहॅमला समजलं. ग्रॅहॅमच्या हातून अशी चूक घडण्याचं कारण म्हणजे तेव्हा आतासारख्या छापील कागदी प्रश्नपत्रिका विद्यार्थ्यांना दिल्या जात नसत. पर्यवेक्षक समोरच्या फळ्यावर परीक्षेतले प्रश्न लिहायचे. ते विद्यार्थ्यांनी वाचून आपल्या उत्तरपत्रिकेत त्यांची उत्तरं लिहायची असा प्रघात होता. या परीक्षेसाठीच्या ७ प्रश्नांना फळ्यावर पुरेशी जागा नसल्यामुळे पर्यवेक्षकानं फळ्यावर ५ प्रश्नच लिहिले आणि उरलेले २

प्रश्न विद्यार्थ्यांची पाठ असलेल्या बाजूच्या फळ्यावर लिहिले. अर्थातच, आपण असं केलेलं असल्याचं पर्यवेक्षकानं जाहीर केलेलं असलं, तरी तोपर्यंत ग्रॅहॅम पहिल्या ५ प्रश्नांच्या विचारांमध्ये गढून गेलेला होता. साहजिकच त्याचं उरलेल्या २ प्रश्नांकडे पार दुर्लक्ष झालं! कमाल म्हणजे ७ पैकी २ प्रश्न पूर्णपणे दुर्लक्षित ठेवूनही ग्रॅहॅमला या परीक्षेत उत्तम गुण मिळाले. याचं कारण म्हणजे त्यानं सोडवलेल्या पाचही प्रश्नांची उत्तरं एकदम अचूक होती. जर ग्रॅहॅमनं उरलेल्या दोन्ही प्रश्नांची उत्तरं लिहिली असती, तर त्यानं या परीक्षेत न्यू यॉर्कमधली बहुधा सर्वोत्तम कामगिरी केली असती. म्हणूनच शाळेच्या मुख्याध्यापकांनी ९ वर्षं वयाच्या ग्रॅहॅमला बोलावून घेतलं आणि झापलंच! तरीही त्याच्या या यशामुळे त्याला आणखी एक वर्षाची बढती मिळाली आणि तो पुढच्या इयत्तेत गेला. आता त्याच्या वर्गात आजूबाजूला त्याच्याहून वयानं तीनेक वर्षांनी मोठी असलेली मुलंच असत. साहजिकच ही मुलं ग्रॅहॅमवर चांगलीच दादागिरी करायची आणि त्याची टर उडवायची.

गणितात ग्रॅहॅमला खास गती असल्याचं आत्तापर्यंत दिसून आलं होतं. त्याच्या एका मित्राच्या आईनं आता त्याला आपल्या मुलाला गणित शिकवायला सांगितलं. यामुळे ग्रॅहॅम त्याची आठवड्यातून तीन वेळा शिकवणी घ्यायला लागला आणि त्यातून त्याला चांगली कमाईही होत असे. गणिताबरोबरच इतर विषयांची शिकवणीही त्यानं सुरू केली. शाळा संपल्यावर संध्याकाळी इतर मुलं रस्त्यावर खेळायला आणि दंगामस्ती करायला जात असत. ग्रॅहॅमला मात्र असल्या गोष्टींमध्ये अजिबात रस नसे. तो हा सगळा वेळ वाचन करण्यामध्ये घालवत असे. साहजिकच त्याचं वाचन प्रचंड मोठ्या प्रमाणावर वाढत गेलं. दर आठवड्याला तो वाचनालयातून चार-पाच पुस्तकं घेऊन त्यांचा फडशा पाडायचा. याखेरीज इतर असंख्य पुस्तकं मित्रांकडून किंवा इतर लोकांकडून मिळाली तर तीही तो वेगानं संपवत असे. होमर, शेक्सपीअर, डिकन्स यांच्यासारख्या लेखकांची 'क्लासिक' म्हणून ओळखली जाणारी पुस्तकं, काही रहस्यकथा, काही ऐतिहासिक पुस्तकं अशा प्रकारचं वाचन त्याला खास करून आवडायचं. अशा प्रकारे अभ्यासाशी संबंधित नसलेलं प्रचंड वाचन करूनही ग्रॅहॅमच्या शालेय कामगिरीवर त्याचा कसलाच दुष्परिणाम होत नसे. लवकरच त्याला शाळेच्या मासिकाचा संपादक

म्हणून नेमण्यात आलं.

आता ग्रॅहॅम अमेरिकी शिक्षणपद्धतीनुसार 'हायस्कूल'मध्ये म्हणजे नववीत आला. अर्थातच, त्यासाठी त्याला शाळा बदलावी लागली. या शाळेत लॅटिन भाषा शिकवणाऱ्या' शिक्षकाखेरीज इतर कुठल्या शिक्षकाविषयी ग्रॅहॅमला फार आपुलकी वाटत नसे. दुसरी एक महिला शिक्षक ग्रॅहॅमच्या कुटुंबाची आर्थिक दुरवस्था झाल्यावर त्याला विनामूल्य फ्रेंच भाषा शिकवायला लागल्यामुळे ग्रॅहॅमच्या मनात तिच्याविषयी कायम कृतज्ञता राहिली. ज्यू तसंच ख्रिस्ती अशा दोन्ही धर्मांविषयी ग्रॅहॅमच्या मनात या काळात कुतूहल निर्माण झालं; पण नंतरच्या काळात कुठल्याच धर्माला फार महत्त्व न द्यायचं धोरण त्यानं राबवलं. अर्थात, त्याच्या मनात ज्यू लोकांविषयी जास्त सहानुभूती कायम टिकून राहणं स्वाभाविकच होतं. तरीही धर्माचं अवडंबर माजू न देता ग्रॅहॅमनं सर्वधर्मसमभावाला महत्त्व दिलं. अत्यंत अनुकरणीय असं त्याचं हे धोरण त्याचा सर्वोत्तम शिष्य वॉरन बफे यानंही नंतर अवलंबलं. बफेही समतावादी, दीनांचा कैवारी ठरला. एकीकडे भांडवलशाहीतून आपला फायदा करून घेत असताना या दोघांनीही आपली मानवतेची बाजू सोडली नाही, ही खूप महत्त्वाची गोष्ट आहे हे नमूद करणं आवश्यक आहे. ग्रॅहॅम नुसता दिखाव्यापुरता आपल्या निधर्मीवादाला चिकटून राहत नसे. शाळेत असताना एकदा ज्यू धर्माचा गौरव करण्यासंबंधीचा कार्यक्रम सुरू असताना इतर विद्यार्थ्यांप्रमाणेच शिक्षकांनी ग्रॅहॅमलासुद्धा ज्यू धर्माचा गौरव करण्यासंबंधीचं भाषण करायला सांगितलं. अन्य वेळी अत्यंत नम्रपणे वागणाऱ्या आणि शिक्षकांच्या म्हणण्याचा अनादर न करणाऱ्या ग्रॅहॅमनं अचानकपणे असं करण्याला नकार दिला. याचं मुख्य कारण म्हणजे ज्यू धर्मामध्ये दिली जाणारी शिकवण आणि ग्रॅहॅमचा या संदर्भातला प्रत्यक्ष आयुष्यामधला अनुभव यामध्ये खूप फरक होते. म्हणूनच आपल्याला ज्यू धर्माविषयीच काय; पण कुठल्याच धर्माविषयी काही कळत नाही आणि त्याविषयी ठामपणे काही सांगता येत नाही, अशी अज्ञेयवादी भूमिका त्यानं स्वीकारली. यातून आपण एक महत्त्वाचा निष्कर्ष काढू शकतो. ज्या प्रकारचं धाडस ग्रॅहॅमनं गुंतवणुकीच्या विश्वात दाखवून इतरांच्या मतांहून अत्यंत वेगळी भूमिका स्वीकारली तशाच प्रकारचा स्वतंत्र विचारसरणीचा दृष्टिकोन त्यानं धर्म,

ईश्वर वगैरे बाबतींमध्येही दाखवला.

१९१० मध्ये आपलं शालेय शिक्षण संपवल्यानंतर पुढचा प्रवेश घेण्याआधी ग्रॅहमनं न्यू यॉर्कमधल्या न्यू मिलफोर्ड इथल्या एका शेतात मदतनीस म्हणून काम केलं. हा अनुभव त्याच्यासाठी एकदम वेगळा होता. शेत, गाई-गुरं अशा प्रकारचं वातावरण ग्रॅहमनं यापूर्वी कधीच अनुभवलेलं नव्हतं. या काळातली एक आठवण तर त्याच्यासाठी अत्यंत लज्जास्पद आणि म्हणूनच अविस्मरणीय ठरली. ल्युसी नावाची एक गाय माजावर आलेली असल्यामुळे तिला जवळच्या एका शेतामधल्या बैलाकडे नेण्याची जबाबदारी शेतमालकानं ग्रॅहमवर सोपवली. हे काम करण्याच्या कल्पनेनं ग्रॅहम लाजून एकदम चूर झाला. नाइलाजानं त्यानं ही गाय त्या शेतावर नेली. तिथं एक तरुणी होती. आपण आपल्याबरोबर ल्युसी गाईला कशासाठी आणलं आहे हे त्या तरुणीला सांगणं ग्रॅहमच्या दृष्टीनं गरजेचं होतं. अत्यंत अवघडलेल्या ग्रॅहमनं ल्युसीला आणण्याचं कारण तिला कसंबसं सांगितलं. त्यानंतर आपल्यावर टाकण्यात आलेली जबाबदारी पूर्ण करण्याच्या हेतूनं ग्रॅहम ल्युसी गाईला घेऊन संबंधित बैलाच्या गोठ्यात गेला. तिथलं दृश्य बघून तो गारठूनच गेला! याचं कारण म्हणजे तो बैल अत्यंत चवताळलेल्या अवस्थेत जोरजोरात अंगावर चाल करून आल्यासारखा गुरकावत होता. तातडीनं नाराज ल्युसीला आपल्याबरोबर घेऊन ग्रॅहमनं परतीच्या रस्त्यानं आपल्या शेताकडे धूम ठोकली!

एकूणच या काळात ग्रॅहमनं खूप अंगमेहनत केली. दर आठवड्याला आपण ६०-६५ तासांचं शारीरिक कष्टांचं काम करत असल्याची आठवण नंतर ग्रॅहमनं काढली. त्यात रोपं लावणं, खुरपणी करणं, गाईंचं दूध काढणं, कोंबड्यांना खुराक देणं अशी अनेक कामं असत. वेळ मिळाला की ग्रॅहम ग्रीक साहित्याचा अभ्यास करत बसे. त्याच्या डोक्यात पुढच्या शिक्षणाचा विषय सतत घोळायचा. त्यासाठी कोलंबिया विद्यापीठामध्ये प्रवेश मिळवण्याची त्याची खूप इच्छा असली, तरी आपल्या कुटुंबाच्या दारुण आर्थिक परिस्थितीमुळे शिष्यवृत्ती मिळवून शिकणं हाच एकमेव मार्ग आपल्यासमोर उपलब्ध असल्याची त्याला कल्पना होती. म्हणूनच त्यानं पुलित्झर शिष्यवृत्तीची परीक्षा दिली होती. काही दिवसांनी न्यू यॉर्क शहरामध्ये या परीक्षेत आपण सातवे आलेलो

असल्याची सुवार्ता त्याच्या कानांवर आली! एकूण २० जणांना ही शिष्यवृत्ती दिली जात असल्यामुळं आपण यानंतरचा मुलाखतीचा तुलनेनं सोपा असलेला अडसर पार केला, की आपल्याला ही शिष्यवृत्ती मिळणार याची ग्रॅहॅमला कल्पना होती. त्यानुसार त्यानं मुलाखत दिली आणि ती खूप चांगली झाल्यामुळे आपल्याला ही शिष्यवृत्ती मिळणारच, असं ग्रॅहॅमनं आनंदानं आपल्या घरच्या मंडळींना सांगून टाकलं. प्रत्यक्षात मात्र निकाल जाहीर झाला तेव्हा ग्रॅहॅमचं नाव शिष्यवृत्तिधारकांमध्ये नव्हतं! लेखी परीक्षेत त्याच्या बऱ्याच खाली असलेल्या अनेक जणांना ही शिष्यवृत्ती मिळाल्यामुळं आपण मुलाखत देताना काहीतरी घोळ केलेला असणार याविषयी त्याच्या मनात शंका नव्हती. १६ वर्षं वयाचा ग्रॅहॅम या घटनाक्रमामुळं पार निराश झाला.

नाइलाजानं ग्रॅहॅमनं 'कॉलेज ऑफ द सिटी ऑफ न्यू यॉर्क (सीसीएनवाय)' या महाविद्यालयात प्रवेश घेतला. कोलंबियाच्या मानानं हे विद्यापीठ अगदी सर्वसाधारण मानलं जाई. अर्थातच, ते स्थानिक असल्यामुळं आणि तिथं शिक्षण फुकट असल्यामुळं ग्रॅहॅमनं त्याला पसंती दिली. इतर फारसे पर्याय त्याच्यासमोर नव्हतेच. मनातून मात्र ग्रॅहॅम खूप नाराज होता. जवळपास दशकभर उत्कृष्ट शैक्षणिक कामगिरी बजावूनसुद्धा आपल्याला सर्वसाधारण दर्जाच्या महाविद्यालयात शिकावं लागल्याची खंत त्याच्या मनात निर्माण झाली. त्याच्याच शब्दांमध्ये सांगायचं, तर 'या महाविद्यालयात फुकट शिक्षण मिळत असल्यामुळं गरीब आणि समाजातल्या खालच्या वर्गातली मुलं तिथं शिकायला येत ... त्यांचं वागणंबोलणं थिल्लर प्रकारचं असे ... तसंच कट्टर ज्यू-वाद त्यांच्यामध्ये भरलेला असे ... कोलंबियाऐवजी तिथं शिकायला जाणं म्हणजे आपल्यामध्ये कमीपणा असल्याची भावना स्वीकारण्यासारखं होतं ... आपला पराभव झालेला असल्याचं मान्य करण्यासारखं होतं ...'

नाइलाजानं सीसीएनवायमध्ये शिकायला सुरुवात केल्यानंतर काही दिवसांमध्येच ग्रॅहॅमची नाराजी उफाळून आली. असल्या ठिकाणी शिकण्यापेक्षा न शिकलेलंच बरं, असं म्हणून त्यानं वर्तमानपत्रामध्ये आपल्या वयाच्या मुलांसाठीच्या नोकऱ्यांचा शोध घेतला. त्यातून त्याला विजेवर चालणाऱ्या बेलची निर्मिती करणाऱ्या कारखान्यामध्ये

काम मिळालं. ते इतकं कंटाळवाणं होतं, की ग्रॅहॅम काम करत करत कविता गुणगुणून आपलं मनोरंजन करायचा. लवकरच ही नोकरी सोडून त्यानं टेलिफोन तयार करणाऱ्या एका कंपनीत काम धरलं. इथलं काम तुलनेनं जरा आव्हानात्मक होतं. त्यातही आपल्या नेहमीच्या कुतूहलापोटी ग्रॅहॅमनं या कामामधले तांत्रिक बारकावे स्वत: अभ्यास करून शिकून घेतले. त्यामुळे एकदा कंपनीचा मालक बाहेरगावी असताना एका ग्राहकाची समस्या ग्रॅहॅम सोडवू शकला. यामुळे परत आल्यावर त्याचा साहेब त्याच्यावर एकदम खूश झाला. अर्थात, आधीपेक्षा बरं काम मिळालेलं असल्यामुळं ग्रॅहॅमची मानसिक अवस्था बरी असली, तरी कोलंबियामध्ये शिकण्याची त्याची इच्छा अजून शाबूत होती. त्यानं पुढच्या सत्रात आपल्याला कोलंबियामध्ये प्रवेश मिळेल का, याविषयीची चौकशी केली. ग्रॅहॅम बराच काळ सोशिकतेनं वाट बघितल्यावर १९११च्या एप्रिल महिन्यात कोलंबिया विद्यापीठाच्या डीननं त्याला भेटायला बोलावलं.

धडधडत्या छातीनं ग्रॅहॅम कोलंबिया विद्यापीठाच्या डीनला भेटायला गेला. डीननं ग्रॅहॅमच्या सध्याच्या कामाची चौकशी केली. तो ग्रॅहॅमशी खूप आपुलकीनं बोलला. बोलता बोलता त्यानं ग्रॅहॅमला अत्यंत धक्कादायक माहिती दिली. आदल्या वर्षी खरं म्हणजे ग्रॅहॅमची पुलित्झर शिष्यवृत्तीसाठी निवड झाली होती! यामधला अडचणीचा मुद्दा म्हणजे लुई ग्रॅासबॅाम या ग्रॅहॅमच्या चुलत भावाला तीन वर्षांपूर्वी हीच शिष्यवृत्ती मिळाली होती. त्या काळात ग्रॅासबॅाम हे आडनाव तसं दुर्मीळ असल्यामुळे परत एकदा त्याच मुलानं तीच शिष्यवृत्ती मिळवण्यासाठी अर्ज दाखल केलेला असल्याचा निवड समितीचा गैरसमज झाला. अर्थातच, पुस्तकाच्या सुरुवातीला उल्लेख केल्याप्रमाणे 'ग्रॅहॅम' हे आडनाव आपण सोयीसाठी वापरत असलो तरी प्रत्यक्षात मात्र तेव्हा अनेक वर्षं 'ग्रॅासबॅाम' हेच आडनाव वापरलं जात होतं. म्हणजेच कोलंबियामध्ये शिष्यवृत्तीचा अर्ज बेंजामिन ग्रॅासबॅाम या नावानं करण्यात आला होता. एकाच मुलाला एकच शिष्यवृत्ती दोनदा कशी द्यायची, अशा संभ्रमापोटी निवड समितीनं ग्रॅहॅमला डावलून दुसऱ्या मुलाची निवड केली. हा खुलासा करून येत्या शैक्षणिक वर्षात ही शिष्यवृत्ती ग्रॅहॅमला मिळेल असं डीननं सांगितलं. यामुळे ग्रॅहॅमच्या आनंदाला पारावार उरला नाही.

कोलंबियामध्ये प्रवेश घेतल्यावर ग्रॅहॅमनं नेहमीप्रमाणे आपली चमक दाखवायला सुरुवात केली. चार वर्षांच्या पदवीचा अभ्यासक्रम त्यानं अडीच वर्षांमध्येच पूर्ण केला! आपलं वाया गेलेलं एक वर्ष भरून काढायचं असा निर्धार त्यानं आपल्या मनाशी केला होता. अर्थातच, कोलंबियामध्ये शिक्षण मोफत असलं तरी पाठ्यपुस्तकं, इतर खर्च हे सगळं ग्रॅहॅमला स्वत:च्या कमाईतून साधावं लागे. यामुळे ही अडीच वर्षं कशी गेली हे ग्रॅहॅमला समजलंसुद्धा नाही. सतत महाविद्यालयामध्ये तासांना हजेरी लावणं, अभ्यास करणं आणि उरलेल्या वेळेत कमाई करण्यासाठी कामं करणं यात त्याचा वेळ जात असे. खरं म्हणजे महाविद्यालयीन शिक्षणाचा काळ अत्यंत रोमांचक असतो आणि त्यात आपण अभ्यासाव्यतिरिक्त मौजमजा, मित्र-मैत्रिणी, प्रेमप्रकरणं अशा अनेक गोष्टी करायच्या असतात, अशा प्रकारची भावना ग्रॅहॅमच्या मनात सुरुवातीला होती. प्रत्यक्षात मात्र यातलं काहीच ग्रॅहॅमच्या वाट्याला न आल्यामुळं त्याला बराच काळ याची खंत वाटायची. अर्थात, ग्रॅहॅमच्या दृष्टीनं कोलंबियामधला काळ खडतर परिस्थितीत गेलेला असला, तरी याची चांगली फळं त्याला मिळाली. त्यातही आपल्या 'बॅचलर ऑफ सायन्स' या पदवीच्या शिक्षणासाठीचा प्रमुख विषय म्हणून गणिताची निवड करणं हा त्याचा निर्णय अत्यंत लाभदायी ठरला. या निमित्तानं ग्रॅहॅमनं गणिताशी संबंधित असलेले अनेक विषय अभ्यासले आणि आपल्या प्राध्यापकांवर चांगलीच छाप उमटवली. गणिताचा अशा प्रकारे सखोल अभ्यास करण्याचा फायदा ग्रॅहॅमला नंतर अत्यंत यशस्वी गुंतवणूकदार बनण्याच्या संदर्भात झाला. अर्थात, ग्रॅहॅमच्या गुंतवणुकीच्या विश्वामध्ये गणितामधल्या क्लिष्ट संकल्पनांची गरज नसली, तरी गणिती विचार करण्याची सवय त्याला लागल्याचा खूप फायदा झाला. इतर लोकांनी काही गणिती क्लृप्त्या वापरून आर्थिक अहवालांमध्ये किंवा तपशीलांमध्ये केलेली चलाखी ग्रॅहॅम लगेचच ओळखू शकत असे. नंतर त्यामधलं खरं काय आहे हे तो नेमकेपणानं शोधू शकण्यामध्येही त्याच्या गणिती ज्ञानाचा वाटा होता.

गणिताखेरीज जर्मन आणि इंग्रजी या भाषांमध्ये ग्रॅहॅमनं विशेष चमक दाखवली. इंग्रजीवर प्रभुत्व मिळवल्यामुळे ग्रॅहॅम नंतरच्या काळात गुंतवणुकीच्या संदर्भात उत्कृष्ट दर्जाचं लिखाण करू शकला. गुंतवणुकीखेरीज अर्थशास्त्राविषयीच्या त्याच्या लिखाणालाही लोकांनी उचलून धरलं.

ग्रॅहॅम अत्यंत मूलभूत विचार करणारा माणूस होता यात शंकाच नाही; पण आपले हे विचार सुयोग्य शब्दांमध्ये मांडण्यासाठीचं भाषिक कौशल्य त्याच्यामध्ये आलं नसतं तर कदाचित त्याच्या यशाला मर्यादा आल्या असत्या हे नक्की. उदाहरणार्थ, 'मार्जिन ऑफ सेफ्टी' ही संकल्पना ग्रॅहॅमच्या डोक्यात आली ही मोठीच गोष्ट होती; पण अगदी सर्वसामान्य माणसालाही ती सहजपणे समजू शकेल अशा प्रकारे तिचं वर्णन करू शकण्याची त्याची हातोटी तितकीच महत्त्वाची होती. जर ग्रॅहॅमची भाषा समृद्ध आणि सुलभ नसती, तर त्याच्या 'द इंटेलिजंट इन्व्हेस्टर' या पुस्तकानं इतकं अफाट यश मिळवलं असतं का याविषयी शंकाच वाटते. याच्या जोडीला जास्त क्लिष्ट संकल्पना समजू शकतील अशा वाचकांसाठी त्यानं 'सिक्युरिटी ॲनॅलिसिस' हे पुस्तक लिहिलं. हे पुस्तक गुंतवणुकीविषयी जास्त जाण असलेल्या वाचकांच्या दृष्टीनं इतक्या दशकांनंतरही सगळ्यांत महत्त्वाचं पाठ्यपुस्तक म्हणून ओळखलं जातं यातच त्याचं यश आहे. विद्यार्थिदशेतच ग्रॅहॅमनं इंग्रजी भाषेवर इतकं प्रभुत्व मिळवलं, की तो कोलंबियामध्ये असताना त्याच्या एका शिक्षकानं त्याचं कौतुक 'तुझ्या वयात इतक्या मोजक्या शब्दांमध्ये अचूकपणे आपलं मत सुंदर रीतीनं मांडणारा दुसरा कुणी मला अजून तरी भेटलेला नाही' अशा गौरवपूर्ण शब्दांमध्ये केलं. म्हणूनच पदवीचं शिक्षण पूर्ण झाल्यावर ग्रॅहॅमला कोलंबियाच्या इंग्रजी विभागात पूर्ण वेळचा प्राध्यापक म्हणून नोकरी करण्यासाठीचं आमंत्रणही मिळालं.

जर्मन भाषेच्या बाबतीत बोलायचं तर कोलंबियामध्ये 'S+' ही श्रेणी मिळवणारा ग्रॅहॅम पहिलाच ठरला. निव्वळ जर्मन भाषाच नव्हे, तर जर्मन संस्कृती आणि साहित्य यांचं त्याला वेडच लागलं. यात विज्ञानामध्ये आढळते तशी अचूकता असते आणि त्याच्या जोडीला उत्कट काव्यात्मकताही असते असं ग्रॅहॅमचं मत होतं. काही वर्षांनी पहिल्या महायुद्धाची ठिणगी उडताच मात्र ग्रॅहॅमचा जर्मनीविषयीचा पुरता भ्रमनिरास झाला. जर्मनीविषयीची सगळी काव्यात्मकता खोटी ठरलेली असून, आपल्याला जर्मनीविषयी जे काही वाटलं ती आपली चूक असल्याचं ग्रॅहॅमनं नमूद केलं. असं असूनही शेवटपर्यंत ग्रॅहॅम जर्मन साहित्य वाचत असे. त्यामधली गोडी अवीट असल्याचं त्याचं मत होतं. याखेरीज प्राचीन ग्रीक आणि रोमन काळातलं आणि काळाविषयीचं लिखाणही

त्याला खूप आवडत असे. तसंच फावल्या वेळेत तो ग्रीक आणि लॅटिन या भाषांमधलं साहित्यही वाचायचा.

गणित, इंग्रजी, जर्मन याखेरीज इतर अनेक विषयही ग्रॅहॅमनं कोलंबियामध्ये अभ्यासले. त्यात तत्त्वज्ञानाचाही समावेश होता. त्यातसुद्धा ग्रॅहॅमनं अशी चमक दाखवली, की कोलंबियामधल्या तत्त्वज्ञान विभागाच्या प्रमुखानं त्याला आपल्याकडे प्राध्यापकी करण्याचं आमंत्रण दिलं. म्हणजेच कोलंबियासारख्या विद्यापीठात चार वर्षांचा अभ्यासक्रम ग्रॅहॅमनं फक्त अडीच वर्षांमध्ये पूर्ण तर केलाच; पण शिवाय तीन विभागांकडून आपल्याकडे रुजू होण्याचं आमंत्रणही त्यानं पटकावलं! कहर म्हणजे हे सगळं करत असताना कमाई करण्यासाठी ग्रॅहॅम दर आठवड्याला सुमारे ४० तास हिशेबनीस, अध्यापन, विक्री अशी असंख्य प्रकारची पडतील ती कामं करत असे.

अशा प्रकारे दिवसातले २४ ताससुद्धा अपुरे ठरावेत अशा प्रकारे बेंजामिन ग्रॅहॅम कोलंबियामध्ये शिकत आणि काम करत असल्यामुळं त्याला तिथं फार कुणाशी मैत्री जमवणं शक्य झालं नाही. आश्चर्य म्हणजे आपल्याला यासाठी वेळ नव्हता हे ग्रॅहॅमला मान्य नव्हतं! उलट आपल्या स्वभावामध्ये कसला तरी विचित्र प्रकारचा दोष निर्माण झाल्यामुळे आपली फार कुणाशी मैत्री होऊ शकायची नाही असं ग्रॅहॅम म्हणतो. या काळात बेंजामिन ग्रॅहॅमची काही मुलींशी फक्त गप्पा मारण्याइतकी किंवा एकत्र फिरायला जाण्याएवढी मैत्री झाली. यामधला गमतीचा भाग म्हणजे लिऑन हा बेंजामिन ग्रॅहॅमचा भाऊ बोलण्यात एकदम हुशार असल्यामुळं तोच आघाडी घेऊन ग्रॅहॅमसाठी मैत्रिणी शोधत असे. नंतर बेंजामिन ग्रॅहॅम या आपल्या भावाला 'जरा जास्तच' मैत्रिणी लाभल्यामुळे त्यांच्यामधल्या काहींशी स्वत: आपलं सूत जमवण्यासाठी लिऑनची धडपड सुरू असायची! अशाच प्रकारे लिऑनच्या मध्यस्थीतून बेंजामिन ग्रॅहॅमची ओळख हेझल मझूर या मूळच्या न्यू यॉर्कमधल्या ब्रूकलिन इथल्या मुलीशी झाली. नंतर बेंजामिन ग्रॅहॅम आणि हेझल मझूर यांचं लग्न झालं. यातही हास्यास्पद प्रकार घडले. खरं म्हणजे बेंजामिन ग्रॅहॅमचा डोळा हेझलच्या बहिणीवर होता. त्यात अपयश आल्यावर तो हेझलकडे वळला. तोपर्यंत नेहमीप्रमाणेच बेंजामिन ग्रॅहॅमनं दुर्लक्षिलेल्या हेझल मझूरकडे लिऑनची नजर वळली. दरम्यान, हेझलची

बहीण आपल्याला भीक घालत नाही हे लक्षात आल्यावर बेंजामिन ग्रॅहॅमसुद्धा हेझलशी प्रेमप्रकरण सुरू करण्याचा प्रयत्न करायला लागला. अशा प्रकारे एकाच वेळी बेंजामिन आणि लिऑन या ग्रॅहॅम बंधूंच्या जोडगोळीशी हेझलचं प्रकरण काही काळ सुरू होतं! कहर म्हणजे शब्दश: 'एकाच वेळी' हे प्रकरण सुरू होतं असं म्हणायला हरकत नाही; कारण अधूनमधून हेझल आपल्या एका हातात बेंजामिन ग्रॅहॅमचा हात घेऊन, तर आपल्या दुसऱ्या हातात लिऑन ग्रॅहॅमचा हात घेऊन फिरायला जात असे! प्रेमाचा हा विचित्र त्रिकोण काही काळ टिकला. हे तर काहीच नाही असं म्हणण्यासारखी परिस्थिती लवकरच उद्‌भवली. बेंजामिन आणि लिऑन हे एकमेकांचे सख्खे भाऊ एकाच मुलीच्या प्रेमात पडल्याचं समजताच ल्यू या त्यांच्या चुलत भावाला खूप आश्चर्य वाटलं. त्यानं या दोघांची चांगली कानउघाडणी केली आणि असली विचित्र थेरं केल्याबद्दल त्यांचे कान उपटले. नंतर तो हेझलला भेटला आणि स्वत:सुद्धा तिच्या दर्शनामुळे पार विरघळून गेला! अशा विचित्र परिस्थितीत बेंजामिन, लिऑन आणि ल्यू या तिन्ही भावांपैकी एकाच्याही प्रेमात हेझल पडू शकली नाही. यानंतर एका वर्षासाठी हेझल बॉस्टनला गेली. त्यामुळे तिन्ही ग्रॅहॅम बंधू पुरते निराश झाले.

हेझलच्या अनुपस्थितीत अल्डा मिलरवर ग्रॅहॅमचं मनस्वी प्रेम जडलं. कोलंबियामधला अभ्यासक्रम पूर्ण केल्यावर तीन वर्षांचा विधी क्षेत्रातला अभ्यासक्रम पूर्ण करण्याचं ग्रॅहॅमच्या मनात होतं. त्या काळात आपलं उपजीविकेचं साधन भरभक्कम असल्याशिवाय लग्न करण्याची प्रथा अजिबात नसल्यामुळे अल्डाशी लग्न करण्याचा ग्रॅहॅमचा विचार नव्हता. अशा परिस्थितीत एकीकडे तिचा विचार मनातून जात नाही आणि दुसरीकडे आपलं नातं पुढे नेता येत नाही अशा द्विधा मन:स्थितीत ग्रॅहॅम अडकला. त्याची खूप चिडचिड झाली आणि अखेर त्यानं आपण अल्डाला आपलं प्रेमप्रकरण संपुष्टात आणत असल्याचं सांगितलं. अल्डाचा विरह सहन न झाल्यामुळे काही काळ ग्रॅहॅमचं एका मुलीशी अल्पकाळ टिकणारं पुढचं प्रेमप्रकरण झालं. त्यात भावना कमी आणि शारीरिकता जास्त असल्याचं ग्रॅहॅमच्या लिखाणातून सूचित होतं.

यानंतर काही दिवसांनी हेझल बॉस्टनहून परतली आणि तिचं बेंजामिन ग्रॅहॅमबरोबरचं प्रेमप्रकरण पुन्हा सुरू झालं. दरम्यान, बेंजामिन ग्रॅहॅमनं

कोलंबिया विद्यापीठामधल्या आपल्या शिक्षणाच्या शेवटच्या टप्प्यात आधीप्रमाणेच दिमाखदार यश मिळवलं आणि त्यापाठोपाठ त्याला आपल्याकडे कामाला घेण्यासाठी उत्सुक असलेल्या अनेक कंपन्यांची आमंत्रणंही त्याला मिळाली. आपल्या वर्गात बेंजामिन ग्रॅहॅमनं दुसरा क्रमांक पटकावला. तसंच इतर अनेक मानाच्या उपक्रमांमध्येही त्याला भरघोस यश मिळालं. याखेरीज आधी उल्लेख केल्याप्रमाणे त्याला गणित, इंग्रजी आणि तत्त्वज्ञान अशा तीन विभागांकडून पूर्णवेळच्या प्राध्यापकीसाठीचं आमंत्रणही आलं. यापैकी एका पर्यायाचा स्वीकार करावा असं ग्रॅहॅमला वाटत होतं खरं; पण या कामातून मिळणारं आर्थिक उत्पन्न फार नसल्याच्या कारणामुळं त्यानं विचार करून त्यांच्याकडे दुर्लक्ष करायचं ठरवलं. तसंच कोलंबियामध्ये अर्थशास्त्राचे तास सुरू झाल्यावर काही काळातच त्यातून बाहेर पडलेल्या आणि वित्तव्यवसायाविषयी फारशी माहिती नसलेल्या ग्रॅहॅमला तेव्हा शेअरबाजाराशी संबंधित असलेलं काम करण्याची इच्छा होण्याचा प्रश्नच नव्हता. डीन कॅपेल नावाच्या अनुभवी माणसाचा सल्ला ग्रॅहॅम या संदर्भात घेत असे. 'न्यूबर्गर, हेंडरसन आणि लोब' नावाच्या कंपनीचा वरिष्ठ अधिकारी आल्फ्रेड न्यूबर्गर नेमका या सुमाराला डीन कॅपेलला भेटला होता. ही कंपनी आर्थिक क्षेत्रात कार्यरत होती. आपल्या मुलाला कुठल्या तरी परीक्षेत खूप कमी गुण पडल्यासंबंधीचं वैफल्य न्यूबर्गर बोलता बोलता कॅपेलपाशी व्यक्त करत होता. तसंच कॅपेलच्या परिचयात कुणी हुशार विद्यार्थी आपल्या कंपनीत काम करण्यासाठी म्हणून उपलब्ध असेल का, असंही न्यूबर्गरनं त्याला विचारलं. यानंतर अगदी लगेचच ग्रॅहॅम आणि कॅपेल यांची भेट झाल्यामुळं न्यूबर्गरनं काढलेला विषय कॅपेलच्या डोक्यात घोळत होता. यामुळे न्यूबर्गरच्या कंपनीसाठी १९१४ मध्ये बेंजामिन ग्रॅहॅमनं काम सुरू केलं. त्याला रोख्यांची म्हणजे बॉण्ड्सची विक्री करण्याची जबाबदारी देण्यात आली.

अशा रीतीनं कोलंबियामध्ये उत्कृष्ट कामगिरी केलेल्या बेंजामिन ग्रॅहॅमनं शिक्षणक्षेत्रात काम न धरता 'वॉल स्ट्रीट'चा रस्ता धरला. अर्थातच, तेव्हा आपण इथे केवढा धुमाकूळ घालणार आहोत, याची त्याला स्वत:लाही अजिबात कल्पना नसणार!

बेंजामिन ग्रॅहॅमसारखी गुंतवणूक करायची आहे?

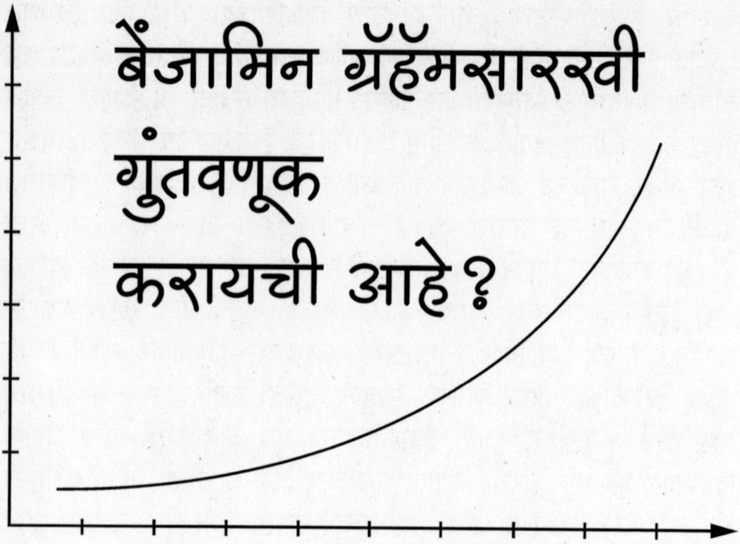

गणितामधल्या प्रावीण्यामुळे बेंजामिन ग्रॅहॅमनं आपल्या रोख्यांच्या म्हणजेच बाँड्सच्या व्यवहारांसंबंधीच्या कामामध्ये चांगली गती घेतली. कुठल्याही कंपनीची आर्थिक परिस्थिती कशी आहे, तिची कामगिरी कशी झाली किंवा होत आहे, वार्षिक आर्थिक अहवाल काय सांगतात, हे सगळं समजून घेण्यामध्ये त्याला अडचणी येत नसत. त्यानं वेगानं हे काम शिकून घेतलं. इतर लोकांना यासाठी बराच वेळ लागायचा. तसंच या प्रकारच्या विश्लेषणाला ते फार महत्त्व देत नसत. ग्रॅहॅमला मात्र नेमकं कोणत्या गोष्टींना महत्त्व द्यायचं आणि कुठल्या मुद्द्यांकडे दुर्लक्ष करायचं याची जाण आली. सगळी आकडेवारी नीट अभ्यासून त्यातून ग्रॅहॅमच्या हाती महत्त्वाचे निष्कर्ष लागायचे. हे निष्कर्ष बरेचदा वरवर दिसत असलेल्या निष्कर्षांहून अनेकदा भिन्न असायचे. इतर लोकांना हे समजायचं

नाही. यामुळे ग्रॅहॅमच्या विश्लेषणाला इतरांहून भिन्न प्रकारची धार आली.

त्या काळात शेअरबाजार आणि इतर आर्थिक क्षेत्रं यांच्यात काम करणाऱ्या लोकांकडे गणिताचं खास कौशल्य नसायचं. बेंजामिन ग्रॅहॅम मात्र कोलंबियासारख्या विख्यात विद्यापीठामधून गणिताचं खास शिक्षण घेऊन आलेला असल्यामुळं त्याच्या कामात एकदम वेगळेपण असायचं. इतर आर्थिक विश्लेषक आणि बेंजामिन ग्रॅहॅम यांच्यामधला मुख्य फरक म्हणजे ही विश्लेषक मंडळी कुठल्याही कंपनीच्या शेअरच्या किंवा बाँडच्या किमतींवर सगळं लक्ष केंद्रित करत असत. या किमती वर जातील का खाली जातील यावर त्यांची सगळी गृहीतकं बेतलेली असत. ग्रॅहॅम मात्र शेअरच्या किंवा बाँडच्या किमतीला फार महत्त्व देत नसे. म्हणजे सध्या शेअर किंवा बाँड योग्य किमतीला उपलब्ध आहे; का त्यात घट/वाढ होईल यावर त्यांचा भर असायचा. ग्रॅहॅम मात्र या 'बाजारभावाला' फार किंमत देत नसे. उलट कुठल्याही शेअरची किंवा बाँडची खरी किंवा पायाभूत किंमत किती असली पाहिजे यावर त्याचं लक्ष असायचं. म्हणजेच ज्या कंपनीचा हा शेअर किंवा बाँड असेल त्या कंपनीची आर्थिक परिस्थिती कशी आहे, याचा सखोल अभ्यास करण्यावर त्याचा भर असे. उदाहरणार्थ, कुठल्याही कंपनीच्या शेअरचा भाव वर-खाली होत असलेल्या आलेखांवर विश्लेषकांचं लक्ष लागून राहिलेलं असे. या आलेखांनुसार हा शेअर खरेदी करायचा का तो विकायचा, हे विश्लेषक ठरवत. आलेखामध्ये शेअरची किंमत खाली जात असल्याचं सातत्यानं आढळून येत असेल, तर ती अजून खालीच जाण्याची दाट शक्यता असल्याच्या समजुतीनुसार विश्लेषक तो शेअर विकण्याचा निर्णय घेत. याउलट शेअरची किंमत चढ्या आलेखासारखी असेल तर ती आणखी वर जात राहणार, असं समजून विश्लेषक तो शेअर विकत घ्यायचा असं ठरवत. बेंजामिन ग्रॅहॅम मात्र त्या कंपनीचे आर्थिक ताळेबंद आणि त्या कंपनीविषयी जी सगळी माहिती उपलब्ध असेल ती मिळवायचा. या सगळ्याच्या आधारे तो त्या कंपनीचं 'एकूण मूल्य' किती आहे हे ठरवायचा. याचा अर्थ म्हणजे, उद्या ही कंपनी अशीच्या अशी विकायला काढली, तर ती विकत घेणारा ग्राहक त्याच्या मोबदल्यात किती रक्कम मोजेल, याचा तो अंदाज बांधायचा. त्यानंतर या कंपनीचे

एकूण किती शेअर्स बाजारात उपलब्ध आहेत हे तो बघायचा. त्यानंतर कंपनीच्या एकूण मूल्याला तो शेअर्सच्या आकड्यानं भागायचा. यातून त्याला या कंपनीच्या एका शेअरची खरी किंमत किती असली पाहिजे याचा अंदाज यायचा. ही झाली शेअरची पायाभूत किंमत. आता ही पायाभूत किंमत आणि प्रत्यक्षातली त्या कंपनीच्या एका शेअरची सध्या शेअरबाजारातली किंमत, यांची तो तुलना करत असे. जर ग्रॅहॅमच्या हिशेबानुसार मिळालेली एका शेअरची पायाभूत किंमत कंपनीच्या सध्याच्या बाजारभावापेक्षा जास्त असेल, तर याचा अर्थ हा शेअर स्वस्तात उपलब्ध असणार. म्हणजेच हा शेअर विकत घेतला पाहिजे. याउलट समजा या शेअरची पायाभूत किंमत कंपनीच्या सध्याच्या बाजारभावापेक्षा कमी असेल, तर हा शेअर शेअरबाजारात गरजेपेक्षा जास्त किमतीला उपलब्ध आहे असा त्याचा अर्थ होत होता. अशा वेळी आपल्याकडे या कंपनीचे शेअर्स असतील तर ते विकून टाकले पाहिजेत.

कुठल्याही शेअरची खरी किंवा पायाभूत किंमत ठरवण्याची ग्रॅहॅमची पद्धत एकदम वेगळी असल्यामुळं त्याला सध्या तो शेअर किती किमतीला उपलब्ध आहे, या गोष्टीविषयी सगळ्यात शेवटच्या टप्प्यामध्ये स्वारस्य असायचं. इतर बव्हंशी विश्लेषकांचं सगळं विश्लेषण मात्र शेअरच्या सध्याच्या किमतीवरच प्रामुख्यानं अवलंबून असायचं. म्हणजेच ग्रॅहॅमची पद्धत आणि इतरांची पद्धत यांच्यामध्ये जमीनआस्मानाचा फरक होता. तसंच भविष्यात आणि खास करून नजीकच्या भविष्यात या शेअरची किंमत किती वरखाली होईल याविषयी कुठलेही अंदाज बांधण्याच्या फंदात ग्रॅहॅम पडत नसे. याचं कारण म्हणजे मुळात आपण त्या शेअरची सध्याची खरी पायाभूत किंमत किती हे ठरवत असतानाच, आपण विचारात घेतलेले असंख्य प्रकारचे घटक अस्थिर, अनिश्चित असताना भविष्यात या घटकांमध्ये काय फरक पडतील हे ठरवणं कुणालाच शक्य होणार नाही याची ग्रॅहॅमला जाणीव होती. तसंच यात असंख्य भावनिक घटक आणि सामूहिक मानसिकतेचे परिणाम यांचा समावेश असल्यामुळं तर ही अस्थिरता अजूनच अनाकलनीय असल्याचं त्याचं मत होतं.

शेअरची खरी किंमत ठरवताना अनेक विश्लेषक गुणविशेष किंवा 'क्वालिटेटिव्ह' प्रकारचे आणि आकडेवारीतून जाणवणारे म्हणजे

'क्वांटिटेटिव्ह' असे दोन प्रकारचे घटक विचारात घेतात. गुणविशेष म्हणजे कंपनीचं नाव किती प्रसिद्ध आहे, लोक या कंपनीकडे कशा प्रकारे बघतात, तिचा 'ब्रँड' कसा आहे, तिचं व्यवस्थापन कसं आहे अशा प्रकारचे घटक असतात. या घटकांचं महत्त्व ग्रॅहॅमला मान्य असलं, तरी त्यांना अवास्तव महत्त्व देऊ नये, असं त्याचं म्हणणं होतं. म्हणजेच या सगळ्या घटकांचा विचार कुठल्याही शेअरची खरी पायाभूत किंमत ठरवताना केला पाहिजे असं तो म्हणत असला, तरी हे घटक म्हणजे मुख्य घटक नसतात अशी स्पष्टता त्याच्या मनात होती. याउलट आकडेवारीतून दिसणारे घटक मात्र एकदम सुस्पष्ट असतात आणि त्याविषयी कुणाचा संभ्रम होण्याची गरज नसते असं तो म्हणत असे. उदाहरणार्थ, एका कंपनीला गेल्या आर्थिक वर्षात ५ लाख डॉलर्सचा निव्वळ नफा झाला की नाही, याविषयी कुणाची मतं विचारण्याची गरज नसते. पुरेशी आकडेवारी हाताशी असली, की याविषयी अगदी निसंदिग्ध माहिती कुणालाही कंपनीच्या आर्थिक अहवालांमधून मिळू शकते. तसंच याविषयी निरनिराळ्या लोकांच्या मनांमध्ये मतभिन्नता असण्याचंही कारण नसतं. कारण ही आकडेवारी एकदम स्पष्ट असते आणि सगळ्यांनाच ती एकसारखी दिसते. अनेक गुंतवणूक विश्लेषकांना कुठल्याही कंपनीच्या शेअर्समध्ये गुंतवणूक करायची असेल, तर त्याआधी ते त्या कंपनीच्या वरिष्ठ अधिकाऱ्यांना आणि व्यवस्थापकांना भेटतात. या भेटींमधून हे वरिष्ठ लोक कंपनीचं भवितव्य चांगल्या प्रकारे घडवतील का नाही, याचा अंदाज येतो असं ते म्हणतात. ग्रॅहॅमला हे मात्र अजिबातच मान्य नव्हतं. एक मजेशीर उदाहरण देऊन त्यानं आपलं म्हणणं स्पष्ट केलं : 'समजा मी एका कंपनीच्या अधिकाऱ्याला भेटलो ... आता जर त्या अधिकाऱ्यानं मिशी राखलेली असेल आणि मला मिशी असलेले लोक आवडत नसतील, तर विनाकारणच माझं या कंपनीविषयीचं मत खराब होणार ...'

कुठल्याही कंपनीचे गुणविशेष त्या कंपनीच्या कामगिरीमध्ये दिसून येतच असतात, असंही ग्रॅहॅमचं म्हणणं होतं. म्हणजेच एखाद्या कंपनीचं व्यवस्थापन चांगलं, भरभक्कम असेल तर त्या कंपनीच्या कामगिरीला उठाव आलेला असल्याचं आपल्याला आढळून येतं. तसंच ज्या कंपनीचा 'ब्रँड' चांगला असेल, त्या कंपनीच्या बाबतीतसुद्धा आपल्याला अशी

चमकदार कामगिरी आढळून येते. याउलट खराब व्यवस्थापन किंवा खराब बँड असलेल्या कंपन्यांची कामगिरी या दोषांमुळे आपोआपच घसरल्याचं आपल्याला आढळून येईल असं ग्रॅहॅमला वाटायचं. याचाच अर्थ आपण फक्त त्या कंपनीच्या आकडेवारीशी संबंधित असलेल्या मुद्द्यांचाच विचार केला, तरीसुद्धा आपोआपच त्या कंपनीच्या गुणविशेषांचाही आपण विचार केलेलाच असतो. त्यासाठी आपल्याला खास वेगळे प्रयत्न करावे लागत नाहीत.

शेअरखरेदीच्या संदर्भात ग्रॅहॅमनं सर्वसामान्य लोकांना सतर्क करण्यासाठी खूप उदाहरणं दिलेली आहेत. आपल्या 'सिक्युरिटी ॲनॅलिसिस' या पुस्तकात ग्रॅहॅम त्याविषयी अगदी स्पष्ट विधानं करतो. शेअर्स आणि बॉण्ड्ससुद्धा सर्वसामान्य लोक खरेदी करताना अपवादानंच दिसतात; उलट त्यांना ते विकण्यासाठी संबंधित कंपन्यांची जोरदार धडपड सुरू असते, असं महत्त्वाचं निरीक्षण ग्रॅहॅम मांडतो. याचाच अर्थ, लोकांच्या गळ्यात त्यांना हव्या-नको असलेल्या वस्तू घालण्यासाठी जसे विक्रेते टपून बसलेले असतात, तसाच प्रकार शेअरबाजारातसुद्धा घडतो असं ग्रॅहॅमला म्हणायचं होतं. म्हणूनच गुंतवणूकदारांनी सतत सावध राहिलं पाहिजे, असा ग्रॅहॅमचा आग्रह होता. म्हणूनच अशा वेळी नेमके कोणते शेअर्स विकत घ्यायचे हे ठरवण्याच्या संदर्भात ग्रॅहॅमनं आखून दिलेले आकडेवारीयुक्त नियम खूप महत्त्वाचे मानले जातात. या नियमांच्या आधारे एखाद्या कंपनीचा शेअर विकत घेण्याजोगा ठरला, तरच त्याचा विचार करावा असं आपण म्हणू शकतो.

या प्रकारच्या सावध विचारसरणीत तथ्य असल्याचं वारंवार आढळून आलं आहे. आपल्या २००४ च्या 'व्हॅल्यू इन्व्हेस्टिंग टुडे' या पुस्तकात चार्ल्स ब्रॅंडेस ही संकल्पना अशा शब्दांमध्ये मांडतो : 'काही विश्लेषक गुंतवणूकयोग्य कंपन्यांचा शोध घेणं हे काम व्यावसायिक पातळीवर करत असले, तरी कुठल्याही कंपनीविषयीच्या त्यांच्या आशादायी दृष्टिकोनाकडे आपण सावधपणेच बघितलं पाहिजे ... कंपन्यांनी कमावलेल्या उत्पन्नाविषयी या विश्लेषकांनी मांडलेले अंदाज हे या कंपन्यांच्या प्रत्यक्ष उत्पन्नाहून तब्बल तिपटीनं जास्त असल्याचं आढळून आलं आहे...' इतकंच नव्हे तर जे आर्थिक विश्लेषक भवितव्याविषयी अत्यंत सकारात्मक चित्र उभं करतात, त्या विश्लेषकांना खूप जास्त पगार मिळतो आणि

त्यांची कारकीर्दसुद्धा झपाट्यानं पुढं जाते असं आढळून आलं आहे. यामागचं सोपं कारण म्हणजे अशा प्रकारे उद्योगाच्या आणि म्हणूनच आर्थिक क्षेत्राच्या भविष्याविषयी उत्तम भाकित केल्यामुळे जास्त लोक शेअर्समध्ये गुंतवणूक करायला लागतात. त्याबरोबर शेअर्सच्या खरेदी-विक्रीसंबंधीचे व्यवहार सांभाळणाऱ्या गुंतवणूक कंपन्या, सल्लागार कंपन्या या सगळ्यांना जास्त व्यवसाय मिळायला लागतो. स्वाभाविकपणे त्यांचा नफा वाढतो. अशा परिस्थितीमध्ये भविष्य अंधकारमय असल्यामुळे शेअर्स खरेदी न करण्याचा सल्ला कुठल्या कंपनीचा कुठला आर्थिक विश्लेषक देणार? असं करणं म्हणजे स्वत:च्या पायांवर धोंडा पाडून घेण्यासारखं असल्याची जाणीव सगळ्याच कंपन्यांना आणि विश्लेषकांना असणार.

ग्रॅहॅमच्या मते बचावात्मक आणि आक्रमक असे दोन प्रकारचे गुंतवणूकदार असतात. बचावात्मक प्रकारचे गुंतवणूकदार आपल्या डोक्याला फार कटकट न करून घेता आणि या सगळ्यामध्ये फार वेळ न घालवता 'बऱ्यापैकी' परतावा मिळेल अशा प्रकारची गुंतवणूक करतात. आक्रमक गुंतवणूकदार मात्र आपल्या गुंतवणुकीवर घसघशीत परतावा मिळावा यासाठी खूप प्रयत्नशील असतात. म्हणजेच त्यासाठी जास्त धोका पत्करावा लागला, जास्त कष्ट घ्यावे लागले, त्यात आपला वेळ घालवावा लागला, तरी अशा गुंतवणूकदारांना त्याची पर्वा नसते. याच कारणामुळे बचावात्मक गुंतवणूकदारांना ग्रॅहॅम 'निष्क्रिय' गुंतवणूकदार म्हणायचा; तर आक्रमक गुंतवणूकदारांचं वर्णन तो 'सक्रिय' गुंतवणूकदार म्हणून करायचा. प्रत्येक गुंतवणूकदारानं आपण बचावात्मक आहोत का आक्रमक आहोत, याचा स्वत:च विचार केला पाहिजे. एक ठोकताळा म्हणून जर आपण साधारणपणे एका आठवड्यात दोन-तीन तासांहून जास्त वेळ गुंतवणुकीशी संबंधित असलेल्या गोष्टींमध्ये खर्च करणार नसलो, तर आपण सावध प्रकारचे निष्क्रिय गुंतवणूकदार ठरू. अन्यथा, आपण जास्त धोका पत्करणारे आक्रमक प्रकारचे सक्रिय गुंतवणूकदार होऊ शकतो.

यामधल्या सावध प्रकारच्या गुंतवणूकदारांनी कोणत्या प्रकारच्या कंपन्यांमध्ये गुंतवणूक केली पाहिजे याविषयी ग्रॅहॅम भाष्य करतो. त्यानं वापरलेली आकडेवारी आताच्या काळाशी जोडून घेण्याचं काम जेसन

इ्वाईग या नामवंत गुंतवणूक विषयातल्या लेखकानं केलं आहे. याच आधुनिक आकडेवारीचा आधार इथे घेतलेला आहे.

(१) कंपनीचा आकार - किमान २०० कोटी डॉलर्स इतकं एकूण बाजारमूल्य असलेल्या कंपन्याच विचारात घ्याव्यात. ज्या गुंतवणूकदारांना 'छोट्या' कंपन्यांमध्ये गुंतवणूक करायची असेल त्यांनी त्यासाठी अशा कंपन्यांमध्ये स्वत: थेट गुंतवणूक न करता ती गुंतवणूक करणाऱ्या म्युच्युअल फंड योजनांमध्ये गुंतवणूक करावी.

(२) आर्थिक स्थिती - कंपनीची अल्पकालीन मालमत्ता कंपनीच्या अल्पकालीन देण्यांपेक्षा किमान दुप्पट असली पाहिजे. इथे 'अल्पकालीन मालमत्ता' म्हणजे जास्तीत जास्त एका वर्षाच्या काळात ही मालमत्ता विकून कंपनी रोख रक्कम उभी करू शकली पाहिजे असा अर्थ होतो. यात कंपनीकडची रोख रक्कम, बँका किंवा इतर ठिकाणी कंपनीनं केलेली आर्थिक गुंतवणूक, कंपनीकडचा शिल्लक कच्चा माल वगैरे गोष्टी येतात. तसंच 'अल्पकालीन देणी' म्हणजे ज्याला कंपनी पैसे देणं असेल याला कंपनीकडून पुढच्या एका वर्षामध्ये केव्हातरी हे पैसे मिळणं अपेक्षित असेल. म्हणजेच यात कमी मुदतीची कर्ज, उधारीवर केलेली खरेदी अशा प्रकारच्या गोष्टी प्रामुख्यानं येतील.

(३) नफ्यात सातत्य - कंपनीनं गेल्या १० वर्षांमध्ये सातत्यानं नफा मिळवलेला असला पाहिजे. म्हणजेच कंपनीला गेल्या दशकात एकदाही तोटा झालेला नसला पाहिजे.

(४) डिव्हिडंडच्या बाबतीत सातत्य - कंपनीनं गेल्या १० वर्षांमध्ये आपल्या गुंतवणूकदारांना सातत्यानं डिव्हिडंड म्हणजेच लाभांश दिलेला असला पाहिजे.

(५) नफ्यात वाढ - गेल्या दशकभरात कंपनीच्या प्रतिशेअर नफ्यात किमान एक तृतीयांश म्हणजे ३३.३३ टक्के एवढी तरी वाढ झालेली असली पाहिजे.

(६) शेअरचा भाव - कंपनीच्या प्रतिशेअरचा भाव तिच्या असलेल्या 'बुक व्हॅल्यू'च्या प्रतिशेअरच्या किमतीपेक्षा जास्तीत जास्त

५० टक्के वर असला पाहिजे.

(७) पी/ई रेशो - कुठल्याही शेअरचा भाव त्याच्या प्रतिशेअर उत्पन्नापेक्षा म्हणजेच प्रतिशेअर नफ्यापेक्षा १५ पटींहून जास्त नसला पाहिजे. म्हणजेच 'पी/ई रेशो' जास्तीत जास्त १५ असावा. म्हणजेच समजा एका कंपनीला मिळालेल्या नफ्याला त्या कंपनीच्या एकूण शेअर्सच्या संख्येनं आधी भागायचं. यातून आपल्याला त्या कंपनीचा प्रतिशेअर नफा मिळेल. सोपं जावं म्हणून समजा कंपनीचा प्रतिशेअर नफा १ रुपया इतका असेल, तर त्या कंपनीच्या शेअरचा बाजारभाव आपण तो शेअर खरेदी करत असताना जास्तीत जास्त १५ रुपये असला पाहिजे.

सारांश म्हणजे शेअरबाजारात असंख्य कंपन्यांचे शेअर्स उपलब्ध असले, तरी आपण त्यांच्यापैकी बव्हंशी कंपन्यांच्या शेअर्सकडे साफ दुर्लक्ष करून जे शेअर्स ग्रॅहॅमनं दिलेल्या निकषांमधून पार होऊ शकतील अशाच शेअर्सचा गुंतवणुकीसाठी विचार करायला हवा.

'आऊटलुक मनी' या मासिकाच्या वेबसाइटवरच्या १० जून २००१ रोजीच्या एका लेखात अविनाश सिंग, क्लिफर्ड अल्वारेस आणि विशाल छाब्रिया यांनी भारतामधल्या कंपन्यांना ग्रॅहॅमचे निकष लावले. त्यांनी या निष्कर्षांचा क्रम थोडा वेगळा लावला आणि निकष काहीसे सैल केले; पण त्यानं ग्रॅहॅमच्या संकल्पनांच्या वापरामध्ये तसा काही फरक पडत नाही. त्यांच्या या अभ्यासातून हाती आलेले निष्कर्ष असे :

(१) कंपनीचा आकार - किमान ५० कोटी उत्पन्न मिळवणाऱ्या कंपन्या गृहीत धरल्या, तर एकूण सुमारे ५००० कंपन्यांपैकी फक्त ९७७ आपण विचारात घेऊ शकतो.

(२) नफ्यात सातत्य - वरच्या ९७७ कंपन्यांपैकी सातत्यानं गेली ५ वर्षं नफा कमावणाऱ्या कंपन्याच आपण विचारात घेतल्या, तर ३६० कंपन्या गळून गेल्या आणि ६१७ कंपन्याच शिल्लक राहिल्या. आपल्या यादीतून निघून गेलेल्या कंपन्यांमध्ये एसीसी, सेल, सीमेन्स अशांसारख्या कंपन्याही आहेत.

(३) डिव्हिडंडच्या बाबतीत सातत्य - गेली किमान ५ वर्षं डिव्हिडंड देणाऱ्या कंपन्या विचारात घेतल्या, तर ६१७ कंपन्यांपैकी

११७ कंपन्या आपल्या यादीतून निघून गेल्या आणि ५०० शिल्लक राहिल्या. आपल्या यादीतून बाहेर गेलेल्या कंपन्यांमध्ये बँक ऑफ इंडिया आणि एचडीएफसी बँक अशांसारख्या कंपन्यांचा समावेश होतो.

(३) आर्थिक स्थिती - या संदर्भातले ग्रॅहॅमचे कठोर निकष लावल्यावर ५०० पैकी ३९० कंपन्या आपल्या यादीतून निघून जातात आणि फक्त ११० कंपन्याच शिल्लक उरतात. यादीतून बाहेर पडलेल्या कंपन्यांमध्ये गुजरात अंबुजा सिमेंट, टेल्को, इंडिया सिमेंट अशा कंपन्या आहेत.

(४) पी/ई रेशो आणि शेअरचा भाव - हे दोन निकष एकत्र लावल्यावर इन्फोसिस, एनआयआयटी, पंजाब ट्रॅक्टर्स अशांसारख्या कंपन्या आपल्या यादीतून वगळल्या जाऊन फक्त ६४ कंपन्या शिल्लक उरतात.

(५) नफ्यात वाढ - गेल्या ५ वर्षांमध्ये ज्या कंपन्यांच्या प्रतिशेअर नफ्यात किमान ३३ टक्के वाढ झालेली आहे, अशाच कंपन्या आपण विचारात घेतल्या, तर ईस्ट इंडिया हॉटेल्स, ग्रेट ईस्टर्न शिपिंग यांच्यासारख्या ४० कंपन्या वगळून टाकाव्या लागल्या.

म्हणजेच बेंजामिन ग्रॅहॅमचे निकष फार कठोरपणे न लावता आणि भारतासाठी या निकषांमध्ये योग्य असे बदल केल्यानंतर फक्त २४ कंपन्या गुंतवणूकयोग्य ठरल्या. त्यातही या २४ पैकी १७ कंपन्यांचे शेअर्स शेअरबाजारात खरेदी-विक्रीसाठी सहजपणे उपलब्ध होत नसल्याचं अभ्यासकांना आढळून आलं. याचाच अर्थ फक्त ७ कंपन्या शेवटी शिल्लक राहिल्या. त्या कंपन्यांची नावं अशी : बँक ऑफ पंजाब, गोल्डियॅम इंटरनॅशनल, हिंडाल्को, कोठारी प्रॉडक्ट्स, मॅक्स इंडिया, ओरिएंटल बँक ऑफ कॉमर्स, रेवती-सीपी.

यावरून आपल्याला बचावात्मक गुंतवणूकदारानं कोणत्या प्रकारचे निकष आपल्या गुंतवणुकीसाठी वापरले पाहिजेत याचा अंदाज येईल. अर्थातच, यामधले कोणते निकष कुठल्या परिस्थितीत कसे वापरायचे यात आपल्या भारतीय उदाहरणात नमूद केल्याप्रमाणे बदल घडू शकतात; पण त्यामागची मूळ संकल्पना मात्र फारशी बदलत नाही.

अशा प्रकारे बचावात्मक गुंतवणूकदाराच्या गुंतवणुकीच्या निकषांविषयी बोलल्यानंतर आपण आक्रमक गुंतवणूकदाराकडे वळू. जो गुंतवणूकदार आपल्या गुंतवणुकीमधून थोडा जास्त धोका पत्करून जास्त परतावा मिळवू पाहत असेल, त्यासाठी बेंजामिन ग्रॅहॅमनं घालून दिलेले निकष असे होते:

(१) आर्थिक स्थिती - कंपनीची अल्पकालीन मालमत्ता कंपनीच्या अल्पकालीन देण्यांपेक्षा किमान दीडपट असली पाहिजे.

(२) नफ्यात सातत्य - कंपनीनं गेल्या ५ वर्षांमध्ये सातत्यानं नफा मिळवलेला असला पाहिजे.

(३) डिव्हिडंडच्या बाबतीत सातत्य - कंपनीनं गेल्या काही वर्षांमध्ये आपल्या गुंतवणूकदारांना सातत्यानं डिव्हिडंड म्हणजेच लाभांश दिलेला असला पाहिजे.

(४) नफ्यात वाढ - कंपनीनं सगळ्यात अलीकडच्या आर्थिक निकालांनुसार कमावलेल्या प्रतिशेअर नफ्याचं प्रमाण ७ वर्षांपूर्वीच्या अशाच नफ्यापेक्षा जास्त असलं पाहिजे.

(५) शेअरचा भाव - कंपनीच्या प्रतिशेअरचा भाव तिच्या असलेल्या 'बुक व्हॅल्यू'च्या प्रतिशेअरच्या किमतीपेक्षा जास्तीत जास्त १२० टक्के वर असला पाहिजे.

आक्रमक गुंतवणूकदारांनीसुद्धा अंधळेपणानं गुंतवणूक न करता काही नियम पाळूनच मग पुढे जावं असा ग्रॅहॅमचा आग्रह असल्याचं आपल्याला यावरून आढळून येईल. याचाच अर्थ आक्रमकता म्हणजे अगदी बिनधास्तपणे कसलाच विचार न करता पुढे जाणं आणि धोके पत्करणं असा होत नसल्याचं ग्रॅहॅमचं मत होतं.

शेअर्सप्रमाणेच बॉंड्ससाठीसुद्धा बेंजामिन ग्रॅहॅमनं काही निकष सांगितले होते; पण आपण त्यांचा विचार करणार नाही. याची दोन कारणं आहेत. एक तर मुळात ग्रॅहॅमनं केलेली वर्णनं जास्त करून अमेरिकी अर्थकारणाशी संबंधित आहेत आणि दुसरं म्हणजे बॉंड्सच्या संदर्भात बव्हंशी गुंतवणूकदारांनी कुठलेही धोके न पत्करता अगदी अतिसुरक्षित प्रकारच्याच गुंतवणुकी कराव्यात असं म्हटलं जातं. याचं कारण म्हणजे शेअर्समधली गुंतवणूक वाढीसाठी असते; तर बॉंड्समधली गुंतवणूक ही आपली संपत्ती राखून ठेवण्यासाठी असते. उदाहरणार्थ, भारतामध्ये गुंतवणूकदारांनी

चांगल्या बँकांच्या मुदतठेवी किंवा चांगल्या म्युच्युअल फंडांचे लिक्विड फंड्स यातच पैसे गुंतवावेत असं तज्ज्ञ लोक आवर्जून सांगतात.

ग्रॅहॅमच्या 'व्हॅल्यू इन्व्हेस्टिंग'मधला पुढचा टप्पा गुंतवणूकदारांनी आपल्या गुंतवणुकीमध्ये वैविध्य राखण्याचा होता. सर्वसामान्य गुंतवणूकदारांनी एकाच प्रकारची गुंतवणूक न करता आपली गुंतवणूक विभागून निरनिराळ्या प्रकारच्या गुंतवणूक साधनांमध्ये करावी, असं ग्रॅहॅमचं मत होतं. याला इंग्रजीत 'डायव्हर्सिफिकेशन' असं म्हणतात. ज्याला अशा प्रकारे निरनिराळ्या प्रकारची गुंतवणुकीची साधनं ज्या गुंतवणूकदाराला माहीत नसतात, अशा गुंतवणूकदारानं हे काम आपोआप होण्यासाठी 'इंडेक्स फंड' म्हणून ओळखल्या जाणाऱ्या म्युच्युअल फंड योजनेत पैसे गुंतवावेत, असं ग्रॅहॅमच्या पुस्तकाच्या नव्या आवृत्तीत म्हटलेलं आहे. गुंतवणूकदारांनी आपल्या गुंतवणुकीपैकी किमान ९० टक्के रक्कम अशा प्रकारच्या योजनेत गुंतवून मोकळं व्हावं, असं ग्रॅहॅमच्या पुस्तकाच्या नव्या आवृत्त्यांवर काम करणारा जेसन झ्विग म्हणतो. अशा म्युच्युअल फंड योजना अनेक कंपन्यांमध्ये थोडी अशी विभागून गुंतवणूक करतात. स्वाभाविकच एका शेअरची किंमत वर गेली आणि दुसऱ्याची किंमत खाली आली, तरी गुंतवणूकदाराला त्याचा फायदा किंवा फटका मर्यादित स्वरूपातच अनुभवायला मिळतो. तसंच या योजनांचं कामकाज सांभाळणं सोपं असल्यामुळं या योजनांमध्ये गुंतवणूक केल्यासाठीचा गुंतवणूकदाराकडून वसूल केला जाणारा खर्चही कमी असतो. म्हणजेच शेअरबाजारापेक्षा खूप जास्त नफा किंवा खूप जास्त तोटा यातलं गुंतवणूकदाराच्या नशिबी फार काही येत नाही. त्याला मिळणारा परतावा सरासरीच असतो. जितका परतावा शेअरबाजार देईल तितकाच परतावा त्यालाही मिळतो.

ग्रॅहॅमनं गुंतवणुकीविषयी केलेली भाष्यं याहून खूप जास्त आहेत. त्याचं गुंतवणुकीचं शास्त्र सर्वसामान्य माणसाच्या दृष्टीनं काहीसं किचकटही आहे. अर्थात, ज्या कुणाला शेअर्स किंवा बाँड्स यामध्ये गुंतवणूक करणं हाच जवळपास आपला मुख्य व्यवसाय बनवायचा असेल त्यासाठी हे सगळं शिकून घेणं गरजेचं आहे. इतर लोकांनी मात्र वर उल्लेख केलेल्या गोष्टींवर भर दिला तरी बऱ्याच अंशी पुरण्यासारखं आहे.

गुंतवणूक गुरू!

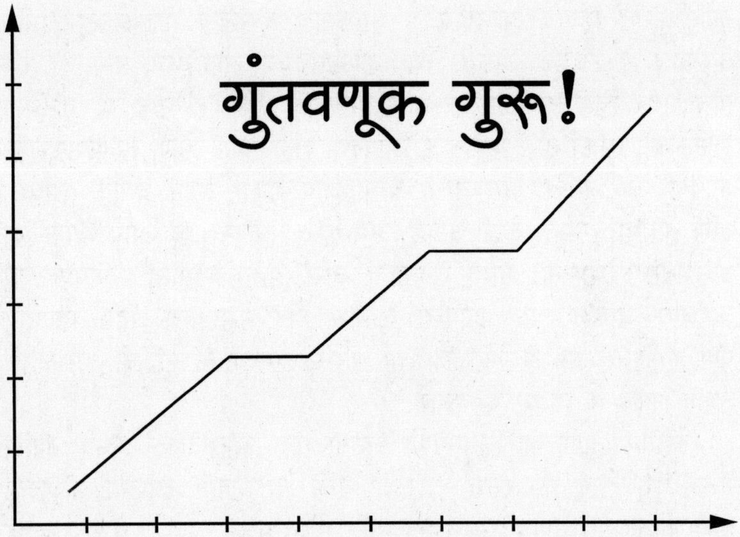

बेंजामिन ग्रॅहॅमनं पदवीचं शिक्षण पूर्ण करण्याच्या काही काळ आधी त्याच्या कुटुंबानं आपलं आडनाव 'ग्रॉसबॉम'ऐवजी 'ग्रॅहॅम' असं बदललं. आपण आता अमेरिकेमध्ये राहत असल्यामुळे आपलं आडनाव अमेरिकी वाटेल असं असावं हे वाटणं या कुटुंबासाठी स्वाभाविक तर होतंच, पण त्यामागे दुसरंही एक कारण होतं. ग्रॉसबॉम हे आडनाव अगदी स्पष्टपणे जर्मन होतं. १९१७ पर्यंत अमेरिकेनं पहिल्या महायुद्धात प्रवेश केलेला नसला, तरी साधारण १९१४ पासूनच अमेरिकेमध्ये जर्मनीविरोधी वातावरण तापत गेलं होतं. अमेरिकेनं ब्रिटिश आणि फ्रेंच सैन्याला रसद पुरवली होती. यामुळे जर्मन वंशाच्या अमेरिकी नागरिकांनी घाबरून आपलं आडनाव अमेरिकी वाटावं असं करण्याचं धोरण स्वीकारलं. अशाच सावधपणामुळे ग्रॉसबॉमचं ग्रॅहॅम झालं असं मानलं जातं. याचं दुसरं एक

स्पष्टीकरण म्हणजे ग्रॉसबॉम हे आडनाव असलेलं कुटुंब ज्यू धर्मीय असणार हे उघडच असतं. त्या काळात ज्यू लोकांवरही जनतेचा रोष होता. कदाचित यामुळेसुद्धा ग्रॉसबॉमऐवजी ग्रॅहॅम हे नाव या कुटुंबानं स्वीकारलं असावं असं म्हणतात. आपल्या लहानपणी आणि तरुणपणीसुद्धा आपण ज्यू धर्मीय असण्याचा त्रास आपल्याला सहन करावा लागला असं ग्रॅहॅमनं नमूद केलं आहे. अमेरिकेत असूनसुद्धा आपल्याला या अनुभवांचा सामना करावा लागला असं ग्रॅहॅम म्हणतो. आपण ज्यू कुटुंबात जन्मलो यात आपला काहीच दोष नसल्याचं ग्रॅहॅम म्हणतो; पण एकूणच ज्यू असणं हेच त्या परिस्थितीमध्ये कमनशिबी असल्याचं लक्षण होतं हे तो मान्य करतो.

ग्रॅहॅमनं आपल्या लहानपणी सुरुवातीला अनुभवलेलं वैभव आणि नंतर पचवलेलं कमालीचं दारिद्र्य यांचे पडसादही त्याच्या नंतरच्या आयुष्यातल्या निर्णयांवर पडले. कोलंबियामधून पदवी घेऊन बाहेर पडल्यावर त्याच्यासमोर कोलंबियामध्येच प्राध्यापकी करण्यासाठीच्या तीन अत्यंत मानाच्या संधी उपलब्ध असूनसुद्धा त्यानं त्यांच्याऐवजी आपल्याला जास्त आर्थिक मोबदला मिळवून देऊ शकणाऱ्या 'वॉल स्ट्रीट'ची म्हणूनच निवड केली. कदाचित आपल्या बौद्धिक खुराकाला तिथं फार वाव नसेल; पण आपली आर्थिक स्थिती मात्र तिथं काम करून भरभक्कम होईल, असा विश्वास कदाचित ग्रॅहॅमला वाटला असावा. याविषयी नंतर त्यानं आपल्या लिखाणात पुसटशी नाराजीसुद्धा व्यक्त केली. आपल्याला खरं म्हणजे बौद्धिक स्वरूपाच्या किंवा कलांशी संबंधित असलेल्या अध्यापनाच्या कामामध्ये जास्त आनंद मिळाला असता; पण आपल्या आर्थिक परिस्थितीमुळे आपल्यासमोर दुसरा पर्याय नसल्याचं त्यानं स्पष्ट केलं. पैसा ही अत्यंत महत्त्वाची गोष्ट असते, याचं भान आपल्याला आपल्या बालपणामधल्या हालअपेष्टांमुळे आलं असल्याचं आणि तो धडा आपण विसरू न शकल्याचं ग्रॅहॅमनं नमूद केलं. अर्थात, इतर अनेक लोकांसारखा ग्रॅहॅम लोभी अजिबात नव्हता. त्याला पैशांची भूक नव्हती. कितीही कमाई केली, तरी आपल्याला आणखी पैसे मिळाले पाहिजेत असं त्याला वाटत नसे. आपल्याला आर्थिक सुरक्षा लाभेल आणि भविष्यात आपला उदरनिर्वाह कसा होईल याची चिंता मिटेल इतपत संपत्ती गोळा करणं त्याच्या दृष्टीनं पुरेसं होतं.

आंधळेपणानं पैशांच्या मागे लागण्यात काही मतलब नसल्याची स्पष्टता त्याच्या मनात होती. 'वॉल स्ट्रीट'वर काम करूनसुद्धा अशा प्रकारची विचासरणी बाळगणं तसं दुर्मीळच असतं. वॉरन बफेनं याविषयीच्या आठवणी काढताना पैसे कमावणं हा ग्रॅहॅमसाठी दुय्यम मुद्दा असायचा, असं स्पष्टपणे म्हटलं आहे. ग्रॅहॅमचा भर सतत नवंनवं शिकणं, गुंतवणुकीच्या संदर्भात आणखी काहीतरी तंत्र शोधून काढणं अशा गोष्टींवर असायचा, असं बफे म्हणतो.

१९१४ मध्ये बेंजामिन ग्रॅहॅमनं शेअरबाजाराच्या विश्वात प्रवेश केला. अमेरिकेमध्ये 'वॉल स्ट्रीट' म्हणून ओळखल्या जाणाऱ्या रस्त्यावर शेअरबाजाराचं मुख्य केंद्र आहे. १९१४ हे वर्ष शेअरबाजाराच्या इतिहासामधल्या अत्यंत अविस्मरणीय वर्षांपैकी एक म्हणून ओळखलं जातं. या वर्षी १ ऑगस्ट ते १२ डिसेंबर; म्हणजे तीन महिन्यांपेक्षा जास्त काळ शेअरबाजार बंदच होता. याचं कारण म्हणजे युरोपमध्ये ऑगस्ट महिन्यात पहिल्या महायुद्धाला सुरुवात झाली. यामुळे अमेरिकेमध्येही विलक्षण अस्थिरतेचं वातावरण निर्माण झालं. अनेक अमेरिकी कंपन्यांचे शेअर्स युरोपीय लोकांच्या/कंपन्यांच्या ताब्यात होते. तिथंच मोठं युद्ध पेटल्यामुळं अमेरिकेमध्येही भीती पसरली आणि लोकांनी आपल्याकडचे शेअर्स दणादण विकायला काढले. यामुळे शेअरबाजारामध्ये अक्षरश: धूळधाण उडाली. ही वाताहत रोखण्यासाठी न्यू यॉर्कच्या शेअरबाजाराच्या अधिकाऱ्यांनी काही काळ शेअरबाजाराचे व्यवहारच बंद करून टाकायचा निर्णय घेतला. अशा प्रकारे शेअरबाजारामध्ये सन्नाटा पसरला खरा; पण काही महिन्यांनी जेव्हा फ्रान्स आणि इंग्लंड इथून युद्धसामग्री आणि इतर संबंधित गोष्टी यांच्या उत्पादनासाठीच्या ऑर्डर्स अमेरिकी कंपन्यांना मिळायला लागल्याबरोबर शेअरबाजारात अचानकपणे तेजी आली!

न्यूबर्गर, हेंडरसन आणि लोब ही बेंजामिन ग्रॅहॅम रुजू झालेली कंपनी इतर काही कंपन्यांच्या तुलनेत तशी छोटी होती. तरी बेंजामिन ग्रॅहॅमला शेअरबाजाराची चांगली ओळख करून देण्याइतकी मोठी मात्र ती नक्कीच होती. सुरुवातीपासूनच या कंपनीनं ग्रॅहॅमच्या मनावर सावधपणे गुंतवणूक करण्यासंबंधीच्या संकल्पना बिंबवल्या. जर ग्रॅहॅमनं नफेखोरी करण्याचा प्रयत्न केला, तर तो नक्कीच गोत्यात येईल, असा इशारा न्यूबर्गर यानं ग्रॅहॅमला दिला. मुळातच गरिबी सोसावी लागलेली

असल्यामुळे ग्रॅहॅमचा स्वभाव अशा प्रकारची नफेखोरी करण्याचे प्रयत्न अजिबात न करण्याचा होता. उलट सावधपणे गुंतवणूक करण्याकडेच त्याचा कल असणार होता. आपल्याकडे आहेत ते पैसे राखून ठेवणं हे नफा कमावण्यापेक्षा जास्त महत्त्वाचं असल्याचं ग्रॅहॅमला माहीत होतं. याची न्यूबर्गरला कल्पना नसल्यामुळे त्यानं वडिलकीच्या नात्यानं दिलेला हा सल्ला बरोबरच होता. फक्त ग्रॅहॅमला खरं म्हणजे त्याची फारशी गरज नव्हती इतकंच म्हणता येईल. तसंच उगीचच धोकादायक व्यवहार करणाऱ्या आणि आपल्यासह आपल्या सगळ्या कर्मचाऱ्यांनाही धोक्यात आणणाऱ्या एखाद्या कंपनीपेक्षा अशा सावध प्रकारच्या कंपनीत काम करण्याची संधी ग्रॅहॅमला मिळाली हेसुद्धा निश्चितच खूप चांगलं झालं. यामुळे शेअरबाजारात अधूनमधून आलेल्या अति उत्साहापासून ग्रॅहॅमचं आपोआपच संरक्षण झालं. काही आठवड्यांच्या प्रशिक्षणानंतर न्यू यॉर्कच्या मॅनहॅटन परिसरातल्या व्यावसायिकांना बाँड्स विकण्याचं काम ग्रॅहॅमला देण्यात आलं. गंमत म्हणजे हे बाँड्स गुंतवणूकयोग्य आहेत का, हे ठरवण्यासाठीचं विश्लेषण करण्याच्या कामात ग्रॅहॅम एकदम तरबेज असला, तरी या बाँड्सची विक्री करण्याच्या कामासाठी मात्र तो योग्य मनुष्य नव्हता! विक्री करण्यासाठीची हुशारी त्याच्यामध्ये होती; पण त्याचा स्वभाव त्याच्यासाठी अनुरूप नव्हता. त्यानं तसं आपल्या वरिष्ठांना सांगूनच टाकलं. आपण इथं वैतागून जाऊ अशा भीतीपोटी त्यानं दुसऱ्या एका कंपनीच्या संशोधन करणाऱ्या सांख्यिकी विभागात नोकरी पकडायचं ठरवलं. सॅम्युएल न्यूबर्गरला जेव्हा ग्रॅहॅमनं याविषयी सांगितलं, तेव्हा ग्रॅहॅमच्या या निर्णयाचं आपल्याला दु:ख झालं असल्याचं उत्तर न्यूबर्गरनं दिलं. तसंच एवढ्या कारणासाठी नोकरी सोडण्याचं कारण नसल्याचं सांगून, उलट आपल्याच कंपनीत असा सांख्यिकी विभाग सुरू करण्याची जबाबदारी ग्रॅहॅमनं स्वीकारावी, असं सांगून न्यूबर्गरनं त्याला आश्चर्याचा धक्काच दिला!

आता बाँड्सची विक्री करण्याच्या कामातून ग्रॅहॅमची सुटका झाली. त्याऐवजी गुंतवणुकीच्या निरनिराळ्या संधी आपल्या कंपनीसाठी आणि आपल्या कंपनीच्या ग्राहकांसाठी; म्हणजेच वेगवेगळ्या प्रकारच्या गुंतवणूकदारांसाठी योग्य आहेत का नाही, हे ठरवण्याची जबाबदारी ग्रॅहॅमवर आली. त्याला नेमकं अशा प्रकारचं काम तर हवं होतं! इथूनच

ग्रॅहॅमचा गुंतवणुकीच्या विश्वामध्ये खराखुरा प्रवेश झाला.

१९१५ मध्ये 'गगेनहाईम एक्सप्लोरेशन कंपनी' नावाच्या कंपनीचं विघटन करण्याचं काम सुरू होतं. याचं कारण म्हणजे या कंपनीचे प्रवर्तक असलेल्या गगेनहाईम कुटुंबानं कंपनीतला आपला मालकी हिस्सा विकून बाहेर पडायचा निर्णय घेतला होता. याचाच अर्थ कंपनीची अवस्था फार चांगली नसल्याचा आणि म्हणूनच त्यामधली आपली गुंतवणूकही काढून घेतली पाहिजे असा होतो, असं बव्हंशी तज्ज्ञांचं मत झालं. साहजिकच या कंपनीच्या शेअर्सची तुफान विक्री करण्याचा सपाटा त्यांनी लावला. यामुळे शेअरचा भाव कोसळला. खरं म्हणजे गगेनहाईम कंपनीकडे तांब्याच्या खाणींच्या साठ्यांचं उत्खनन करणाऱ्या अनेक मौल्यवान कंपन्यांचे शेअर्स होते. या कंपन्या भरभक्कम आणि नफा मिळवून देणाऱ्यापैकी होत्या. यामुळे गगेनहाईम कंपनीचं भविष्य झाकोळलेलं असलं, तरी या कंपन्यांचं भविष्य उज्ज्वलच होतं याविषयी शंकाच नव्हती. म्हणूनच गगेनहाईम कंपनी जर विकायला काढली, तर या कंपनीच्या शेअरधारकांना त्यांच्याकडे असलेल्या शेअर्सच्या प्रमाणात या तांब्याच्या साठ्यांशी संबंधित असलेल्या कंपन्यांचे शेअर्स मिळणार होते. या शेअर्सची एकूण किंमत गगेनहाईमच्या शेअरच्या किमतीपेक्षा निश्चितपणे बरीच जास्त होती. आकडेवारीच मांडायची, तर ग्रॅहॅमच्या हिशेबांनुसार गगेनहाईम कंपनीच्या एका शेअरची किंमत ६८.८८ डॉलर्स असताना गगेनहाईमकडे असलेल्या इतर कंपन्यांच्या शेअर्सचा विचार करता त्यांची प्रतिशेअर किंमत ७६.२३ डॉलर्स एवढी होती. सोप्या शब्दांमध्ये सांगायचं तर गगेगनहॅम कंपनीचा एक शेअर ६८.८८ डॉलर्स खर्च करून विकत घेतला, की तो विकताना त्यावर जवळपास ७.५० डॉलर्सचा नफा मिळू शकत होता! ग्रॅहॅमनं मांडून दाखवलेला हिशेब एकदम स्पष्ट असल्यामुळं त्याच्या वरिष्ठांनी त्याच्या सूचनेला मान देत गगेनहॅम कंपनीचे ढीगभर शेअर्स खरेदी केले. १९१६ मध्ये गगेनहॅम कंपनीचं विघटन करण्यात आलं. त्यातून झालेल्या व्यवहारांमधून ग्रॅहॅमच्या कंपनीच्या वाट्याला खूप नफा आला. ग्रॅहॅमनं ही संधी मिळवून दिलेली असल्यामुळं त्याच्या वरिष्ठांनी आपल्या कंपनीला मिळालेल्या नफ्यातला २० टक्के हिस्सा ग्रॅहॅमला बक्षीस म्हणून दिला. या घटनाक्रमामुळं ग्रॅहॅमची पत आणि त्याची आर्थिक परिस्थिती या

दोन्हींमध्ये खूप सुधारणा झाली.

याच काळात गुंतवणुकीशी संबंधित असलेल्या मूलभूत संकल्पनांविषयीचा ग्रॅहॅमचा अभ्यास सुरूच झाला. काही लोकांनी गुंतवणुकीविषयीच्या कागदोपत्री संकल्पना आधीपासून मांडलेल्या असल्या, तरी त्या प्रत्यक्षात वापरण्यामध्ये खूप अडचणी यायच्या. काही वेळा तर त्या नुसत्या कागदी मनोऱ्यासारख्याच असायच्या. ग्रॅहॅमनं मांडलेल्या संकल्पना मात्र अशा प्रकारच्या नव्हत्या. त्यांना संकल्पनांचा भरभक्कम आधार तर होताच; पण त्यांचा वापर नेहमीच्या व्यवहारांमध्ये करणंही शक्य होतं. ग्रॅहॅमच्या दृष्टीनं ज्या संकल्पनांचा वापर आपण प्रत्यक्षात करू शकतो, अशाच संकल्पना महत्त्वाच्या होत्या. अन्यथा, त्या संकल्पनांना काहीच अर्थ नसल्याचं त्याचं मत होतं. गणिताविषयी त्याच्यामध्ये असलेली समज इतर विश्लेषकांमध्ये नसल्यामुळं त्याचं विश्लेषणही अगदी अचूक आणि खूप विचार करून तयार झालेलं असे. एकूणच ज्या काळात गुंतवणुकीच्या विश्वामध्ये सखोल अभ्यास आणि संशोधन यांना फार महत्त्व दिलं जात नसायचं, अशा काळात ग्रॅहॅमनं या सगळ्याचा पाया उभा केला, असं काही जण म्हणतात. आपल्या भरभक्कम संकल्पनांच्या आधारे ग्रॅहॅमनं आपल्या कंपनीला गुंतवणुकीशी संबंधित असलेल्या अनेक संधींची माहिती पुरवली. या संदर्भात ग्रॅहॅमनं अत्यंत नम्रपणे केलेलं भाष्य वाचण्यासारखं आहे. आपण गुंतवणुकीच्या विश्वात प्रवेश केला, तेव्हा सगळ्यांचा भर बाँड्सवर होता आणि शेअर्सकडे बव्हंशी विश्लेषकांचं दुर्लक्ष होतं. साहजिकच आपल्याला शेअर्सच्या संदर्भातल्या गुंतवणुकीच्या बऱ्याच संधी उपलब्ध झालेल्या असल्याचं ग्रॅहॅमनं नमूद केलं.

आपल्या शैक्षणिक कारकिर्दीप्रमाणेच नोकरीच्या ठिकाणीही ग्रॅहॅमला सातत्यानं भरघोस यश मिळत गेलं. स्वाभाविकच त्याचा पगार वेगानं वाढला. त्याला खूप बढत्याही मिळत गेल्या. तसंच महत्त्वाचं म्हणजे त्याच्याविषयी त्याच्या वरिष्ठांच्या आणि इतरही सहकाऱ्यांच्या मनात आदराची भावना निर्माण झाली. ग्रॅहॅम करतो ते काम एकदम अस्सलच असतं याविषयी कुणाच्याच मनात शंका नसे. १९१४ मध्ये ग्रॅहॅमनं नोकरी धरली तेव्हा त्याचा साप्ताहिक पगार १२ डॉलर्सचा होता. दोनच वर्षांमध्ये तो चौपटींनी वाढला! २२ वर्षं वयाच्या माणसानं दर आठवड्याला

५० डॉलर्स कमावणं हे त्या काळात एक आश्चर्यच होतं.

१९१६ मध्ये ग्रॅहॅमनं आपल्या वरिष्ठांना 'सीटीआर' कंपनीचे शेअर्स विकत घेण्याचा सल्ला दिला. या कंपनीचं पूर्ण नाव 'कम्प्युटिंग टॅब्युलेटिंग रेकॉर्डिंग' असं होतं. नंतर याच कंपनीमध्ये बदल होत होत तिची 'इंटरनॅशनल बिझनेस मशिन्स (आयबीएम)' कंपनी झाली. सीटीआर कंपनीचा एक शेअर साधारण ४५ डॉलर्सना उपलब्ध होता. कंपनीच्या आर्थिक ताळेबंदाचा बारकाईनं अभ्यास केल्यावर आणि कंपनीची सगळी मालमत्ता हिशेबात धरल्यावर कंपनीच्या एका शेअरची खरी किंमत १३० डॉलर्सच्या आसपास असल्याचं ग्रॅहॅमचं मत झालं. इतकंच नव्हे तर कंपनीला चांगला नफा मिळत असून, कंपनी या नफ्यामधला लाभांश म्हणजेच डिव्हिडंड आपल्या गुंतवणूकदारांना उत्तम प्रकारे वाटत असल्याचंही ग्रॅहॅमनं आपल्या वरिष्ठांना सांगितलं. असं असूनही न्यूबर्गरला काही अनाकलनीय कारणांमुळे सीटीआर कंपनीमध्ये अजिबात गुंतवणूक करायची नव्हती. त्यानं अगदी स्पष्टपणे ग्रॅहॅमला 'या कंपनीचं नावसुद्धा माझ्यासमोर काढू नकोस' असं सांगून टाकलं. न्यूबर्गरसारखा माणूस इतक्या ठामपणे सीटीआर कंपनीविषयी आपल्याला सांगत असल्याचं बघून ग्रॅहॅम बिचकला. त्यानं या कंपनीपासून लांब राहण्याचा निर्णय घेतला. १९२६ मध्ये सीटीआर कंपनीचं नव्यानं आयबीएम असं बारसं झालं. अर्थातच, या घडामोडी ग्रॅहॅम दुरूनच बघत राहिला. न्यूबर्गरचा हा निर्णय म्हणजे मोठी घोडचूक ठरली. ग्रॅहॅमचं विश्लेषण अचूक होतं. न्यूबर्गरच्या कंपनीनं ग्रॅहॅमवर विश्वास टाकून सीटीआर कंपनीचे शेअर्स मोठ्या संख्येनं विकत घेतले असते, तर या कंपनीचा खूप फायदा झाला असता.

आता आपली आर्थिक परिस्थिती चांगली असल्यामुळं ग्रॅहॅमनं जरा स्थिरस्थावर होण्याचा निर्णय घेतला. गेली दोन वर्षं हेझलबरोबरचं प्रेमप्रकरण पक्कं होत गेल्यामुळे १९१६ च्या नोव्हेंबर महिन्यात ग्रॅहॅमचा तिच्याशी साखरपुडा झाला. दरम्यान १९१७ च्या एप्रिल महिन्यात अमेरिकेनं पहिल्या महायुद्धात प्रवेश केल्यामुळे अमेरिकेमध्ये अस्थिरतेचं वातावरण निर्माण झालं. आपोआपच ग्रॅहॅमच्या लग्नाची तारीखही लांबली. खरं म्हणजे जून महिन्यात आपण विवाहबद्ध व्हायचं असं ग्रॅहॅम आणि हेझल यांनी ठरवलं होतं. ग्रॅहॅममध्ये नेहमीच जबाबदारीनं

वागण्याची जाणीव असल्यामुळं त्यानं पहिल्या महायुद्धात अमेरिकेच्या वतीनं युद्धभूमीवर लढण्याचा निर्णय घेतला. लष्करात भरती होण्यासाठीचा अर्ज त्यानं दाखल केला. या संदर्भात ग्रॅहॅम खूप आशादायी होता; पण अजूनही तो ब्रिटिश नागरिक असल्याच्या नैतिक कारणामुळे अमेरिकी लष्करानं त्याला आपल्याकडून लढता येणार नाही असं सांगितलं. नंतर १९२० मध्ये ग्रॅहॅमच्या अमेरिकेच्या नागरिकत्व मिळवण्यासाठीच्या अर्जावरचं काम पूर्णत्वाला गेलं आणि तो अधिकृतपणे अमेरिकी नागरिक बनला. दरम्यान, ग्रॅहॅम पहिल्या महायुद्धात अमेरिकेच्या वतीनं लढू न शकल्यामुळे त्याचं लग्न आधी ठरल्याप्रमाणं १९१७ च्या जून महिन्यातच पार पडलं. १९२० मध्ये हेझलच्या पोटी आयझॅक हा पहिला मुलगा जन्मला.

हेझलबरोबरचं सहजीवन ग्रॅहॅमनं सुरू केलं खरं; पण सुरुवातीच्या आनंदी काळातसुद्धा आपल्यामध्ये सगळं आलबेल नसल्याची जाणीव ग्रॅहॅमला झाली. उदाहरणार्थ, काही काळ ग्रॅहॅमच्या कुटुंबाबरोबर त्याची आई राहायला आली तेव्हा ग्रॅहॅमची आई आणि हेझल यांच्यामध्ये चांगलाच तणाव निर्माण झाला. तसंच आपली पत्नी एकदम पक्क्या विचारांची आणि हुकूमशहासारखी वागणारी असल्याचं आपल्या लक्षात आल्याचं ग्रॅहॅमचं म्हणणं होतं. हेझलमध्ये खूप ऊर्जा होती आणि ती सातत्यानं काहीतरी करत राहायची असं म्हणतात. अशाच प्रकारचं मत नंतर ग्रॅहॅम आणि हेझल यांच्या मार्जोरी या मुलीनंही व्यक्त केलं. म्हणजेच आपण नेहमीच काहीतरी करत असल्यामुळं आपल्या घरातल्या सगळ्यांनीही तसंच केलं पाहिजे असं हेझलचं म्हणणं असावं. अर्थातच, याचा सगळ्यांना त्रास होत असे. आपल्या वडिलांवर मात्र मार्जोरीचं प्रचंड प्रेम होतं. ते आपल्याशी खूप छान वागतात, असं तिचं मत होतं. तसंच बेंजामिन ग्रॅहॅमच्या विलक्षण बुद्धिमत्तेवरही मार्जोरी फिदा होती. आपले वडील म्हणजे चालताबोलता ज्ञानकोशच असावेत असं तिला वाटत असे. आपल्या घरातलं वातावरण काहीसं तणावाचं असलं, तरी ते खराब मात्र नक्कीच नव्हतं. म्हणूनच बहुधा ग्रॅहॅमचं कामाच्या ठिकाणीच खूप वेळ असणं आणि हेझलचाही बराच वेळ तिनं सुरू केलेल्या व्यवसायात जाणं हे त्यांच्या सहजीवनामध्ये अडचणी निर्माण करणारं ठरलं असावं. एकूणच ग्रॅहॅमनं गुंतवणुकीच्या संदर्भात जे यश

मिळवलं ते पाहता त्याला कामाव्यतिरिक्त इतर काही करण्यासाठी वेळ तरी कसा मिळाला, असा प्रश्न आपल्याला पडणं स्वाभाविक आहे. साहजिकच पाच मुलांचं पालकत्व निभावणं त्याच्यासाठी अत्यंत कठीण झालेलं असणार. सातत्यानं गुंतवणुकीविषयीचं यश मिळवण्यासाठी तो प्रयत्नशील तर असेच, पण आपल्या फावल्या वेळेतही याच विषयासंबंधीचं लिखाण, त्या संदर्भातल्या व्याख्यानांची तयारी हे त्याचं काम सुरू असे. स्वाभाविकच आपल्या वैयक्तिक आयुष्यासाठी फार वेळ देणं त्याच्यासाठी अवघड होऊन बसलं.

पहिलं महायुद्ध संपण्यापूर्वीच्या सुमाराला ग्रॅहॅमचा गुंतवणुकीसंबंधीचा एक लेख 'मॅगझिन ऑफ वॉल स्ट्रीट' नावाच्या बऱ्यापैकी मान्यताप्राप्त नियतकालिकामध्ये छापून आला. अर्थात, याच्या दोन वर्षं आधी 'अमेरिकन मॅथेमॅटिकल मंथली' या गणिताला वाहून घेतलेल्या नियतकालिकामध्ये ग्रॅहॅमचा कॅल्क्युलस या विषयावर एक लेख छापून आलेला असल्यामुळे गुंतवणूक विषयावरचा लेख हा त्याचा पहिलावहिला लेख नव्हता. गुंतवणुकीच्या संदर्भातल्या ग्रॅहॅमच्या पहिल्या लेखात साधर्म्य असलेल्या; पण निरनिराळ्या कंपन्यांच्या बाँड्सच्या किमतींविषयीचं भाष्य होतं. याचा सारांश म्हणजे ज्या कंपन्यांचे बाँड्स तुलनेनं स्वस्तात उपलब्ध होते, त्यांच्याविषयीचं विवेचन ग्रॅहॅमनं केलं होतं. लिखाणाचा हा अनुभव खूप आवडल्यामुळे ग्रॅहॅमनं आपल्या मुख्य कामात कसलीही हयगय होऊ न देता सातत्यानं या मासिकात गुंतवणुकीविषयी लिहायला सुरुवात केली. त्याचं लिखाण एकदम प्रभावी ठरलं. या मासिकासाठीच्या लिखाणाखेरीज आपल्या कंपनीमधल्या सहकाऱ्यांना उद्देशूनसुद्धा ग्रॅहॅमनं अंतर्गत वाटपापुरते काही छोटे लेख लिहिले. त्यापैकी एका लेखात त्यानं आपल्या 'मार्जिन ऑफ सेफ्टी'चं तत्त्वही विषद केलं.

न्यूबर्गर कंपनीत असताना या कंपनीच्या वतीनं ग्राहकांना निरनिराळ्या कंपन्यांमधल्या गुंतवणुकीविषयीचे सल्ले देण्याविषयीचं लिखाणही ग्रॅहॅमच करत असे. यासाठी या गुंतवणूकदारांना कंपनीच्या वतीनं पत्रकं पाठवली जात. त्यात कुठल्या कंपन्यांचे शेअर्स विकत घ्यावेत किंवा विकावेत याविषयी ग्रॅहॅमचं अभ्यासपूर्ण विवेचन असायचं. ग्रॅहॅमच्या सखोल लिखाणाचं त्याच्या वरिष्ठांना खूप कौतुक असायचं. ग्रॅहॅम सगळ्या गोष्टींचा बारकाईनं विचार करतो आणि त्यानंतर अत्यंत सुंदर भाषेत

आपले निष्कर्ष मांडतो असं त्यांचं मत असे. दुसरीकडे 'मॅगझिन ऑफ वॉल स्ट्रीट'मधलं ग्रॅहॅमचं लिखाण इतकं प्रभावी ठरलं, की या नियतकालिकाच्या मालकांनी ग्रॅहॅमवर बेहद्द खूश होऊन आपल्या नियतकालिकाचं संपादकपदच त्याला भरभक्कम पगारासह देऊ केलं! हा प्रस्ताव ग्रॅहॅमला भुरळ पाडणारा ठरला. त्यानं न्यूबर्गरला तसं सांगताच परत एकदा न्यूबर्गरनं त्याला थोपवलं. या खेपेला ग्रॅहॅमला त्यानं सरळ आपल्या व्यवसायात भागीदारच करून घेतलं! त्यासंबंधीच्या करारानुसार ग्रॅहॅमला त्याच्या भरभक्कम पगाराखेरीज कंपनीला होणाऱ्या नफ्यामधला २.५ टक्के वाटा मिळेल असं ठरलं. कंपनीला तोटा सोसावा लागला, तर त्याचा भार मात्र ग्रॅहॅमवर पडणार नव्हता. एकूण काय, तर हा करार ग्रॅहॅमच्या दृष्टीनं एकदम अनुकूल होता.

आपल्या वाढीव उत्पन्नामुळे ग्रॅहॅमची चांगली भरभराट झाली. त्यानं न्यू यॉर्कच्या वेचेस्टर कौंटी या उच्चभ्रू लोकांच्या परगण्यातल्या माऊंट व्हर्नन इथे आपलं कुटुंब हलवलं. ग्रॅहॅमनं अत्यंत तरुण वयात शेअरबाजारात यश कमावण्याची कमाल दाखवलेली असून, त्याच्यामध्ये दिसत असलेलं कौशल्य असामान्य प्रकारचं असल्याची न्यूबर्गर कंपनीच्या वरिष्ठांना जाणीव झाली होती. म्हणूनच त्यांनी फार विचार न करता ग्रॅहॅमला आपल्याकडेच ठेवण्याचा चंग बांधला होता. ग्रॅहॅममुळे आपल्या कंपनीला खूप फायदा होतो हा मुद्दा त्यांच्या दृष्टीनं ग्रॅहॅमचा पगार किंवा त्याला दिल्या जाणाऱ्या इतर सुखसोयी यांच्याहून खूपच जास्त महत्त्वाच्या होत्या.

लवकरच ग्रॅहॅमनं शेअरबाजारात सातत्यानं वापरल्या जाणाऱ्या काही संकल्पना आत्मसात करून त्यातून फायदा मिळवायला सुरुवात केली. यात 'लॉंग' म्हणजे एखाद्या शेअरचा किंवा बाँडचा भाव वधारेल अशी संकल्पना होती. तसंच 'शॉर्ट' म्हणजे एखाद्या शेअरचा किंवा बाँडचा भाव घसरेल अशी संकल्पना होती. या संकल्पनांचा वापर 'आर्बिट्राज' आणि 'हेजिंग' या तंत्रांमध्ये करतात. याचा अर्थ कसा लावायचा? तर एकाच कंपनीच्या शेअर्सची किंवा बाँड्सची भविष्यातली खरेदी आणि विक्री एकाच वेळी करायची. यामुळे समजा आपला तर्क चुकून आपलं नुकसान झालं तरी ते मर्यादित प्रमाणातलंच असेल. हे कसं साधायचं? त्यासाठी ग्रॅहॅम एखाद्या कंपनीचे 'कन्व्हर्टिबल बाँड्स'

विकत घ्यायचा. साधा बाँड आणि कन्व्हर्टिबल बाँड यांच्यामधला फरक म्हणजे साधा बाँड हा नुसता बाँड असतो; तर कन्व्हर्टिबल बाँडच्या मोबदल्यात आपण संबंधित कंपनीचा शेअर घेऊ शकतो. हे करत असतानाच ग्रॅहॅम त्या कंपनीची 'कॉल ऑप्शन' विकायचा. याचा अर्थ म्हणजे ठरावीक किमतीला आणि भविष्यातल्या ठरावीक तारखेला हा शेअर विकत घेण्याचा हक्क असा होतो. यामधला तांत्रिक भाग आपण वगळून टाकला तरी चालेल. महत्त्वाची गोष्ट म्हणजे या कृतींमुळे संबंधित बाँडची किंवा शेअरची किंमत खूप वेगानं वर गेली किंवा खाली घसरली तरी ग्रॅहॅमचं किंवा त्याच्या कंपनीचं खूप नुकसान होत नसे. काही अपवाद वगळता या व्यवहारांमुळे ग्रॅहॅमच्या कंपनीला खूप नफा कमावता आला.

अन्य काही व्यवहारांमध्येही ग्रॅहॅमची प्रतिभा त्याच्या वरिष्ठांच्या लक्षात आली. १९२० मध्ये एका मित्रानं ग्रॅहॅमचा परिचय जुंकिची मिकी नावाच्या तरुण जपानी माणसाशी करून दिला. मिकी एका जपानी गुंतवणूक कंपनीमध्ये काम करत होता. १९०६ मध्ये जपान आणि रशिया यांच्यामध्ये झालेल्या युद्धादरम्यान जपान सरकारचे बाँड्स युरोपीय कंपन्यांनी मोठ्या प्रमाणावर खरेदी केले होते. या बाँड्सच्या मोबदल्यात या युरोपीय कंपन्यांनी जपानला अर्थसाह्य पुरवलं होतं. आता हे बाँड्स युरोपीय कंपन्यांकडून खरेदी करण्याची मिकीची इच्छा होती. याचं कारण म्हणजे हे बाँड्स जपानमध्ये विकले, तर या व्यवहारातून खूप नफा कमावणं शक्य होतं. युरोपमध्ये न्यूबर्गरच्या बऱ्यापैकी ओळखी होत्या. त्यांचा वापर करून ग्रॅहॅमनं युरोपमधून हे बाँड्स खरेदी करून जपानमध्ये मिकीला विकण्यात यश मिळवलं. अशा व्यवहारांमध्ये आपण २ टक्के दलाली घेणार असल्याचं न्यूबर्गरनं मिकीला सांगितलं होतं. त्यानुसार न्यूबर्गर कंपनीला तब्बल १ लाख डॉलर्सचा नफा कमावता आला. आजच्या हिशेबानं ही रक्कम कित्येक दशलक्ष डॉलर्स इतकी होईल! या व्यवहारादरम्यान ग्रॅहॅमची मिकीशी चांगलीच गट्टी झाली. खास ज्यू लोकांची मेजवानी चाखण्यासाठी त्यानं मिकीला आपल्या घरी जेवायला येण्याचं आमंत्रण दिलं. तसंच याच्या मोबदल्यात त्यानं जपानी जेवणाचाही आस्वाद घेतला. आपण जपानी लोकांप्रमाणेच 'कच्चे' म्हणजेच न तळलेले/भाजलेले/वाफावलेले मासे

निरनिराळ्या प्रकारच्या सॉसमध्ये बुडवून खाऊ शकलो याचं ग्रॅहॅमला खूप नवल वाटलं.

कोलंबियामध्ये शिकत असताना ग्रॅहॅमला इंग्रजी विषय शिकवण्यासाठी अल्गेरनन तॅसिन नावाचा प्राध्यापक होता. तॅसिनला ग्रॅहॅममधली चमक लगेचच लक्षात आली होती. ग्रॅहॅम काहीतरी भव्यदिव्य करून दाखवणार याविषयी तॅसिनच्या मनात अजिबात शंका नव्हती. ग्रॅहॅम गुंतवणुकीच्या विश्वात शिरल्यावर तिथे तो चांगला नफा कमावणार अशी खात्रीच वाटत असल्यामुळे तॅसिननं त्याला गुंतवणुकीसाठी म्हणून १०,००० डॉलर्स द्यायचा विचार केला. त्या काळामध्ये ही रक्कम प्रचंडच म्हणावी अशी होती. या गुंतवणुकीतून जो काही नफा होईल किंवा जो काही तोटा सोसावा लागेल तो तॅसिन आणि ग्रॅहॅम यांनी निम्मा-निम्मा वाटून घ्यायचा असं ठरलं. काही काळ ही योजना चांगलीच यशस्वी ठरली. दोघांनीही कित्येक हजार डॉलर्सची कमाई त्यातून केली. हा नफा ग्रॅहॅमनं आपल्या भावांसाठी वापरायचं ठरवलं. लिऑन या आपल्या भावाला त्यानं संगीताशी संबंधित असलेली उपकरणं विकण्यासाठीचं दुकान उघडून देत त्यानं त्यात आपलांही हिस्सा असेल, असं त्याला सांगितलं. जोपर्यंत शेअरबाजाराची अवस्था भरभक्कम होती, तोपर्यंत तॅसिन आणि ग्रॅहॅम यांची ही भागीदारी चांगल्या प्रकारे सुरू राहिली. १९१७ मध्ये शेअरबाजार कोसळल्यावर मात्र चित्र पार बदललं. ग्रॅहॅमनं केलेली गुंतवणूक इतर शेअरबाजारासारखीच रसातळाला गेली. त्यातच लिऑनला काढून दिलेल्या दुकानाचा व्यवसाय काही फार चांगला होत नसल्यामुळं तिथूनही ग्रॅहॅमला कमाई होत नव्हती. अशा रीतीनं ग्रॅहॅमसमोर एकदम अवघड परिस्थिती निर्माण झाली. ज्या तॅसिननं ग्रॅहॅमवर पूर्ण विश्वास टाकून त्याच्याकडे गुंतवणुकीसाठी मोठी रक्कम सुपूर्द केली होती, त्याला आपण आपल्या वाट्याचं नुकसान सोसू शकणार नसल्याचं सांगण्याची वेळ ग्रॅहॅमवर आली. इतकंच नव्हे, तर आपण ज्या प्रकारे गुंतवणूक केली होती, त्यात आपल्याला अपयश आल्याचं आणि म्हणूनच आपली गुंतवणुकीची संकल्पनाही फसल्याचं ग्रॅहॅमला मान्य करावं लागलं. हे सगळं आपल्यावर इतकं विसंबून असलेल्या माणसाला सांगण्याची वेळ यावी यासारखा दुसरा लज्जास्पद प्रकार ग्रॅहॅमच्या दृष्टीनं कुठलाच नसावा.

ग्रॅहॅम काही बाबतींमध्ये विलक्षण मनस्वी होता. अशा प्रकारचा अपमान तो अजिबात सहन करू शकत नसे. खास करून आपल्यावर विश्वास टाकणाऱ्या माणसांचा आपण विश्वासघात केला असं त्याला कधी वाटलं, तर त्या वेळी त्याची मानसिक स्थिती एकदम नाजूक होई. टॅसिनच्या संदर्भातला हा प्रसंग अशाच प्रकारचा होता. तो ग्रॅहॅमच्या मनाला इतका लागला, की तेव्हा ग्रॅहॅमच्या मनात आत्महत्या करण्याचे विचार आले होते! या काळात एकदा दुपारचं जेवण घेऊन शून्यात नजर असलेल्या अवस्थेत चालणाऱ्या ग्रॅहॅमनं आपली जीवनयात्रा संपवण्याचं जवळपास निश्चितच केलं होतं. यातूनच ग्रॅहॅम अत्यंत स्वाभिमानी असल्याचं आपल्या लक्षात येईल. महत्त्वाची गोष्ट म्हणजे फक्त आर्थिक नुकसान झाल्यामुळं ग्रॅहॅमला लाज वाटत नव्हती; तर आपण आपल्यावर टाकण्यात आलेल्या विश्वासाला पात्र नसल्याची खंत त्याच्या दृष्टीनं फार मोठी होती. म्हणजेच इथे प्रश्न फक्त पैशांचा नसून नैतिकतेचा होता. म्हणजेच आपण आपले पैसे गुंतवलेले नसून, दुसऱ्या कुणाचे तरी पैसे गुंतवलेले असून, त्या माणसाच्या नुकसानाला आपण कारणीभूत ठरलो असल्याचा हा मुद्दा होता. ग्रॅहॅमच्या व्यवसायाचं स्वरूप बघता हा दृष्टिकोन अत्यंत महत्त्वाचा होता. ग्रॅहॅम फक्त स्वत: श्रीमंत होण्यासाठीच गुंतवणूक करायचा नाही, तर त्याच्याकडे किंवा त्याच्या कंपनीकडे विश्वासानं पैसे सोपवणाऱ्या लोकांच्या वतीनं तो गुंतवणूक करायचा. स्वाभाविकपणे अशा माणसानं आपल्यावरची जबाबदारी पुरती ओळखून आपल्या यश-अपयशाच्या परिणामांना सामोरं जाण्याचं धाडस दाखवणं महत्त्वाचं होतं. जे घडेल ते न झटकण्याचा त्याचा दृष्टिकोन इतर अनेक जणांपेक्षा म्हणूनच वेगळा होता.

काही दिवसांनी ग्रॅहॅमच्या मनात दाटून आलेली निराशा दूर झाली. त्यानं टॅसिनला सगळं स्पष्टपणे सांगून टाकलं. टॅसिनला ग्रॅहॅमच्या या अपयशामुळं आश्चर्य वाटलेलं असलं तरी तो उदार मनाचा होता. त्यानं ग्रॅहॅमला माफ करून टाकलं. जे घडलं ते मागे सोडून आपण पुन्हा नव्यानं यश मिळवण्यासाठी काय करू शकतो, या संदर्भातला विचार केला पाहिजे, असं तो ग्रॅहॅमला म्हणाला. यामुळे ग्रॅहॅमला हुरूप आला. दरम्यान, शेअरबाजारही पुन्हा वर जायला लागला. दोन वर्षांच्या काळात ग्रॅहॅमनं आपल्या हातून झालेलं टॅसिनचं नुकसान तर भरून

काढलंच; पण पुढच्या काही वर्षांमध्ये त्यानं तॅसिनला चांगलाच नफाही मिळवून दिला. तॅसिनबरोबरच्या या गुंतवणुकीतून ग्रॅहॅमला महत्त्वाचे धडे मिळाले. परिस्थिती अत्यंत निराशाजनक आणि प्रतिकूल असतानाही आपण हार न मानता लढत राहिलं पाहिजे, हे त्याच्या मनावर कोरलं गेलं. तसंच जसे चांगले दिवस कायम टिकत नाहीत, तसंच वाईट दिवसांचंही असतं आणि म्हणून आपण पराकोटीच्या विचारांना कधीही थारा देता कामा नये, असं त्यानं स्वतःला सांगितलं. याचा त्याला भविष्यातल्या अशा प्रकारच्या प्रसंगांना तोंड देताना खूप उपयोग झाला. अशा प्रकारचं जोरदार नुकसान सोसावं लागण्याच्या काळात आत्महत्या करण्यासारख्या विचारांऐवजी हे नुकसान शक्य तितकं मर्यादित ठेवण्यासाठी आपण जे काही करू शकतो ते करण्यावर त्यानं भर दिला. तसंच तॅसिनप्रमाणेच ज्या लोकांनी ग्रॅहॅमवरचा आपला विश्वास प्रतिकूल परिस्थितीमध्ये ढळू न देता तो शांतपणे टिकवून धरला त्यांचं कधीही नुकसान झालं नाही, याची नोंद करणंसुद्धा आवश्यक आहे.

न्यूबर्गर कंपनीलाही ग्रॅहॅमच्या कौशल्याचा आणि सहनशीलतेचा फायदा झाला. ग्रॅहॅमनं या कंपनीचा सांख्यिकी विभाग स्थापन करून तर वाढवलाच; पण शिवाय त्यानं गुंतवणुकीमध्ये चांगलं यश मिळवल्यामुळं नवनव्या लोकांनी न्यूबर्गर कंपनीच्या माध्यमातून गुंतवणूक करण्याचं धोरण अवलंबलं. ग्रॅहॅमच्या हुशारीमुळं त्यांना चांगला फायदा तर झालाच; पण न्यूबर्गर कंपनीचा व्यवसायही जोरात वाढला. आपल्याला हे यश ग्रॅहॅमच्या बुद्धिमत्तेमुळे मिळत असल्याची जाणीव त्याच्या वरिष्ठांना होती. यामुळे त्यांनी ग्रॅहॅमच्या गुंतवणुकीमधून कंपनीला होत असलेल्या नफ्यामधला पाव हिस्सा ग्रॅहॅमला द्यायचं धोरण सातत्यानं राबवलं. अशा रीतीनं ग्रॅहॅमची आर्थिक परिस्थितीसुद्धा अधिकाधिक सुदृढ होत गेली.

अर्थात, ग्रॅहॅमच्या गुंतवणुकीला नेहमीच यश लाभायचं असं नाही. वर उल्लेख केलेल्या तॅसिनच्या उदाहरणावरून ते पुरेसं स्पष्ट झालेलंच आहे; पण त्याखेरीज इतर काही वेळाही ग्रॅहॅमचे अंदाज चुकायचे. उदाहरणार्थ, 'पेनसिल्व्हेनिया सॅल्होल्ड' नावाच्या कंपनीविषयी ग्रॅहॅमचं मत अनुकूल होतं. या कंपनीकडे मोटारींच्या वापरलेल्या चाकांचा पुनर्वापर करण्यासंबंधीच्या तंत्रज्ञानाचे स्वामित्व हक्क होते. एका मित्राच्या

सांगण्यावरून ग्रॅहॅमनं या कंपनीत मोठी गुंतवणूक केली. ही गुंतवणूक पार फसली. या कंपनीच्या प्रवर्तकानं ग्रॅहॅमसारख्या लोकांच्या गुंतवणुकीची रक्कम इतरत्र वळवून स्वत:चं उखळ पांढरं करून घेतलं. नंतर ग्रॅहॅमच्या कानांवर आलेली गोष्ट तर अजूनच धक्कादायक होती. मुळात ही कंपनीच अस्तित्वात होती का, याविषयी प्रश्नचिन्ह निर्माण झालं! ग्रॅहॅमनं अशा प्रसंगांविषयी इतरांकडून ऐकलेलं असलं, तरी स्वत: त्या प्रकारचा अनुभव घेण्याची ही त्याच्यासाठीची पहिलीच वेळ होती. अर्थात, अशा प्रकारचे इतके कटू अनुभव ग्रॅहॅमच्या वाट्याला अपवादानंच आले. शेअरबाजार खाली गेल्यामुळं ग्रॅहॅमची गुंतवणूकसुद्धा खाली जाण्याचे प्रसंग त्या मानानं अधूनमधून घडत आणि ते स्वाभाविकच होतं.

न्यूबर्गरच्या कंपनीला ग्रॅहॅमनं विलक्षण यश मिळवून दिल्यामुळं कंपनीनं ग्रॅहॅमला यथोचित आर्थिक मोबदला दिला खरा, पण किती काळ आपण इतरांच्या कंपनीत अशा प्रकारे काम करत राहायचं, असा प्रश्न ग्रॅहॅमच्या मनात स्वाभाविकपणे घोळत राहिला. १ जुलै १९२३ रोजी 'ग्रॅहॅर कॉर्पोरेशन' नावाची कंपनी अखेर उदयाला आली. यात बेंजामिन ग्रॅहॅम आणि ल्यू हॅरिस यांची भागीदारी असल्यामुळे हे नाव ठरवण्यात आलं होतं. अशा रीतीनं शेअरबाजाराच्या जगात प्रवेश करून ९ वर्षं झाल्यावर ग्रॅहॅमनं आपली स्वत:ची कंपनी सहसंस्थापक म्हणून सुरू केली. अर्थात, ग्रॅहॅमची न्यूबर्गरमधली कारकीर्द उत्तमच होती. तसंच कंपनीवाले लोकही त्याच्यावर खूश होते. ग्रॅहॅमच्या मनात मात्र एका मर्यादेपलीकडे इतरांच्या हाताखाली काम करण्याची इच्छा आता नव्हती. जरी या कंपनीनं त्याला प्रचंड स्वातंत्र्य दिलेलं असलं आणि त्याच्यामधली चमक ओळखून त्याला उत्तम आर्थिक मोबदलाही दिलेला असला, तरी आता आपण आपल्या मतानं स्वतंत्र व्यवसाय केला पाहिजे अशी इच्छा त्याच्या मनात होती.

अशा रीतीनं गुंतवणुकीच्या विश्वात आपलं स्थान अजून पक्कं करण्याच्या दिशेनं बेंजामिन ग्रॅहॅमची वाटचाल सुरू झाली.

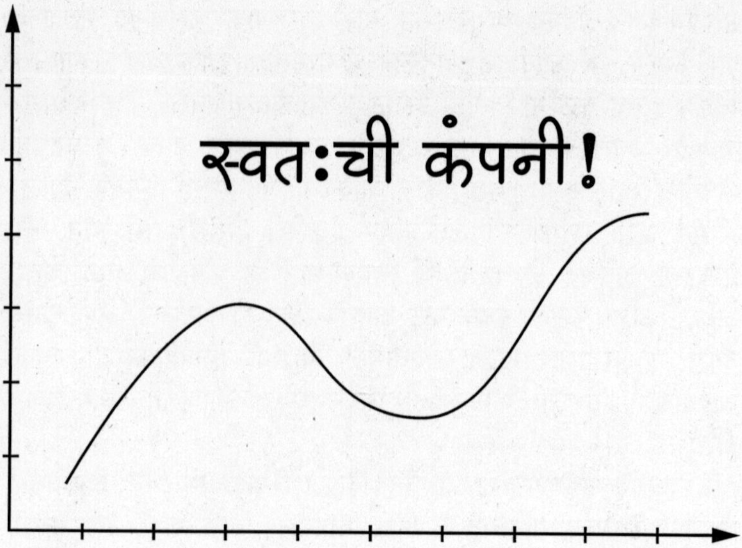

स्वतःची कंपनी!

१९२३ मध्ये स्वतःची गुंतवणूक क्षेत्रातली कंपनी सुरू करण्याचा बेंजामिन ग्रॅहॅमचा निर्णय एकदम योग्य ठरला. याचं कारण म्हणजे १९२३ ते १९२९ या काळात अमेरिकी शेअरबाजारामधल्या व्यवहारांची संख्या तब्बल चौपटींनी वाढली! शेअर्सच्या किमती सातत्यानं वाढत गेल्या. गुंतवणूकदार शेअरबाजारात गुंतवणूक करण्यासाठी ढिगानं येत राहिले. अर्थात, अशा प्रकारे शेअरबाजार वर जात राहण्यामागे धोकेही होते. एकीकडे अमेरिकी अर्थव्यवस्थेची जोरदार भरभराट होत होती. तसंच अमेरिकी राष्ट्रीय उत्पादन म्हणजेच जीडीपी सातत्यानं वाढत होतं. याच्याच जोडीला शेअरबाजार वर जात असल्यामुळे नफेखोरी करण्याच्या हेतूनं अनेक लोक त्यात उतरले होते. कित्येक जणांना तर शेअरबाजार कशाशी खातात याची सुतरामही कल्पना नव्हती. तरीही इतरांचं ऐकून तेसुद्धा

शेअरबाजारात मोठ्या संख्येनं उडी घेत होते. साहजिकच शेअरबाजारामधली ही तेजी दीर्घकाळ टिकून राहील असं म्हणणं धाडसाचं होतं. यामधला सगळ्यात मोठा धोका अनेक जणांनी पैसे कर्जाऊ घेऊन ते शेअरबाजारात गुंतवण्याचा होता. याला तांत्रिक भाषेत 'लीव्हरेज' असं म्हणतात. कर्जावरचं व्याज आणि कर्जाचं मूळ मुद्दल या दोन्हींची परतफेड शेअरबाजारात मिळणाऱ्या भन्नाट नफ्याच्या आधारे सहजपणे करता येईल, असं या लोकांचं सोपं गणित होतं. यामुळे अनेक शेअर्सच्या किमती नुसत्या वाढल्या नाहीत, तर त्या अक्षरश: सूज आल्यासारख्या फुगत गेल्या! ग्रॅहॅमच्या दृष्टीनं मात्र आपल्या आधीच्या ९ वर्षांच्या कारकिर्दीत अनुभवलेल्या आणि तयार केलेल्या तंत्राचा वापर योग्य प्रकारे करण्यासाठीची ही संधी होती.

ग्रॅहॅमच्या कंपनीनं ड्यू पॉंट कंपनीचे शेअर्स विकत घेण्याचा आणि त्याच वेळी जनरल मोटर्स कंपनीचे शेअर्स विकण्याचा व्यवहार केला. यातून खूप मोठा नफा कंपनीला मिळाला. अर्थातच, ड्यू पॉंट कंपनीच्या शेअरचं मूल्य हे त्या शेअरच्या खऱ्या पायाभूत मूल्यापेक्षा कमी असल्याचा आणि जनरल मोटर्स कंपनीच्या शेअरचं मूल्य हे त्या शेअरच्या खऱ्या पायाभूत किमतीपेक्षा जास्त असल्याचा ग्रॅहॅमचा अभ्यास याला कारणीभूत ठरला. अशा प्रकारे इतरही काही कंपन्यांचे शेअर्स त्यांच्या पायाभूत किमतीपेक्षा खूप महाग दरानं उपलब्ध असल्याचं लक्षात येताच ग्रॅहॅम त्यांची विक्री करण्याचं, म्हणजेच 'शॉर्टिंग'चं तंत्र वापरायचा. त्यात त्याला खूप यश मिळालं. शॅटक नावाच्या एका कंपनीच्या बाबतीत मात्र ग्रॅहॅमचा अंदाज साफ चुकला. याही कंपनीचा शेअर विनाकारणच खूप महाग असल्याच्या निष्कर्षामुळे ग्रॅहॅमनं या कंपनीच्या शेअर्सची विक्री करण्यासाठीचा व्यवहार केला. प्रत्यक्षात मात्र यानंतर या शेअरची किंमत ४० टक्क्यांनी वाढली! ग्रॅहॅमला याची अजिबात खंत वाटली नाही. अशा प्रकारच्या कंपन्यांचे आधीच वर गेलेले शेअर्स आणखी वरही जातात; पण काही काळातच त्यामधला फोलपणा लोकांच्या लक्षात आल्यामुळं ते आपल्या योग्य किमतीपर्यंत घसरतात असं तो म्हणाला.

१९२३-२५ या काळात ग्रॅहॅर कंपनीनं उत्तम यश मिळवलं. ल्यू हॅरिस या आपल्या सहसंस्थापकाशी मात्र ग्रॅहॅमचे काही काळातच

मतभेद सुरू झाले. काहीही कारण नसताना ल्यू हॅरिस आपल्याला अमुक कंपनीत गुंतवणूक कर किंवा करू नकोस यासाठीचे फुकटचे सल्ले देतो, असं ग्रॅहॅमला जाणवायला लागलं. आपल्या कामात अशा प्रकारची लुडबूड ग्रॅहॅमला असह्य व्हायला लागली. त्यातच बाहेर गुंतवणूक व्यवस्थापकांना नफ्याच्या जवळपास निम्मा हिस्सा बक्षीस म्हणून मिळत असताना आपल्याला ग्रॅहॅर कंपनीत मात्र फक्त २० टक्केच वाटा मिळतो, यामुळेसुद्धा ग्रॅहॅम काहीसा अस्वस्थ झाला. यामुळे त्यानं आपल्या कंपनीला मिळत असलेल्या नफ्यामधला वाढीव हिस्सा मिळावा यासाठीचा प्रस्ताव ल्यू हॅरिससमोर ठेवला. आपल्या कंपनीबाहेरचे गुंतवणूक व्यवस्थापक चांगली कमाई करत असताना, आपण विनाकारण कमी उत्पन्नावर समाधान का मानायचं, असा ग्रॅहॅमचा रास्त सवाल होता. यासाठी त्यानं ल्यू हॅरिससमोर ठेवलेल्या प्रस्तावाचा सारांश म्हणजे ग्रॅहॅम आता ग्रॅहॅर कंपनीकडून पगार न घेता नफ्याचा हिस्सा घेणार होता. गुंतवलेल्या भांडवलावर झालेल्या नफ्यामधल्या पहिल्या ६ टक्के नफ्यामधलं आपल्याला काहीही नको, असं ग्रॅहॅमचं म्हणणं होतं. त्यापुढच्या २० टक्के नफ्यामधला २० टक्के नफा आपल्याला मिळावा, अशी ग्रॅहॅमची मागणी होती. याच धर्तीवर यापुढच्या ३० टक्के नफ्यामधला ३० टक्के नफा आपल्याला मिळावा, अशी ग्रॅहॅमची अपेक्षा होती. त्याही पुढे जाऊन यापुढच्या ५० टक्के नफ्यामधला ५० टक्के नफा आपल्याला मिळावा, अशी ग्रॅहॅमची मागणी होती. काही जणांना ग्रॅहॅमच्या अपेक्षा खूपच जास्त होत्या असं वाटत असेल, पण त्या काळात इतर गुंतवणूक व्यवस्थापकांना मिळत असलेला मोबदला साधारण याच प्रकारचा असायचा. ल्यू हॅरिसला मात्र ग्रॅहॅमनं अशा प्रकारे मोबदला मागणं अजिबात पटलं नाही. खरं म्हणजे आपण केलेल्या गुंतवणुकीवर भरघोस नफा कमावू शकलो, तरच आपल्याला त्यावरचा वाढीव हिस्सा हवा असल्याचं ग्रॅहॅमचं म्हणणं होतं. हॅरिसला मात्र ग्रॅहॅमनं आपल्याला ५६ टक्के नफा मिळवून दिला, तर पहिले ६ टक्के सोडून उरलेल्या ५० टक्क्यांमधला निम्मा म्हणजे २५ टक्के वाटा ग्रॅहॅमला बहाल करून टाकायचा हे सहनच होऊ शकलं नाही. ग्रॅहॅम आणि हॅरिस यांच्यामधल्या मतभेदांमुळे १९२५ मध्येच त्यांची ग्रॅहॅर कंपनी बंद करावी लागली.

१९२६ च्या नववर्षादिनी बेंजामिन ग्रॅहॅमनं 'बेंजामिन ग्रॅहॅम जॉइंट अकाऊंट'ची स्थापना केली. लोकांनी सोपवलेली रक्कम गुंतवायची, त्याचा कुठलाही मोबदला घ्यायचा नाही; पण ६ टक्क्यांच्या वरच्या नफ्यावर ल्यू हॅरिससमोर ठेवलेल्या प्रस्तावानुसार फी आकारायची, असं ग्रॅहॅमनं या योजनेचं स्वरूप ठेवलं होतं. ग्रॅहॅमच्या काही जवळच्या लोकांनी त्याच्या या नव्या योजनेमध्ये पैसे गुंतवले. स्वत: ग्रॅहॅमचीही गुंतवणूक अर्थातच त्यात होती. या एकूण गुंतवणुकीचा आकडा साधारण ४ लाख डॉलर्स एवढा होता. तीन वर्षांमध्ये हा आकडा २५ लाख डॉलर्सवर गेला! त्यामधला मुख्य हिस्सा ग्रॅहॅमनं केलेल्या गुंतवणुकीमधून मिळालेला नफा पुन्हा याच योजनेत गुंतवण्याचा होता. याखेरीज इतर काही लोकांची गुंतवणूकदारांच्या यादीत भर पडण्याचं कारणही त्यामागं होतं. ग्रॅहॅमनं आपल्या या नव्या गुंतवणूक योजनेची अजिबात जाहिरात न करूनसुद्धा लोकांच्याच आपसांतल्या चर्चेमधून ग्रॅहॅमकडे नवे गुंतवणूकदार येत राहिले. ग्रॅहॅमनं आपल्याकडे अशा प्रकारे नवे गुंतवणूकदार यावेत यासाठी स्वत:ही कधी कुणाला गळ घातली नाही. उलट आपल्याकडे नव्यानं येऊ पाहणारे गुंतवणूकदार आपल्या चांगल्या परिचयातले आहेत ना, याची खात्री करूनच तो त्यांना आपल्या योजनेमध्ये पैसे गुंतवू देई. अन्यथा, तो आपल्याला हे पैसे नको आहेत, असं स्पष्टपणे सांगून टाकायचा. या काळात ग्रॅहॅमचा काही लोकांशी नव्यानंही परिचय झाला. त्यामधलाच एक म्हणजे आधी ग्रॅहॅम ज्या डग्लस न्यूमनच्या कंपनीत काम करायचा त्या डग्लसचा धाकटा भाऊ जेरी न्यूमन हा होता.

कोलंबियासारख्या प्रथितयश विद्यापीठात शिक्षण घेतलेलं असूनसुद्धा जेरी न्यूमननं आपल्या सासऱ्याच्या कापडगिरणीच्या यशस्वी उद्योगात काम धरलं होतं. तिथं त्यानं स्वत:च्या कर्तृत्वाच्या जोरावर चांगली मजल मारून उत्तम पगार कमवायला सुरुवात केली होती. असं असूनही त्याचं आणि त्याच्या सासऱ्याचं नीट पटत नसे. यामुळे जेरी न्यूमन वैतागला होता आणि नवं काहीतरी करण्याच्या प्रयत्नात होता. त्यानं ग्रॅहॅमचं काम आपल्या भावाच्या, म्हणजे डग्लस न्यूमनच्या कंपनीत बघितलं होतं. ग्रॅहॅममध्ये खूप गुणविशेष असल्याची जेरी न्यूमनची खात्रीच झाली. आपण ग्रॅहॅमच्या साथीत काहीतरी काम केलं पाहिजे,

असं त्याला वाटायला लागलं. त्यादृष्टीनं त्यानं १९२६ च्या अखेरीला आपल्या सासऱ्याच्या कंपनीमधून बाहेर पडायचं ठरवलं. तिथं काम केल्यामुळं जमलेला निधी त्यानं ग्रॅहॅमकडे सोपवण्याचं आणि त्याच्याबरोबर भागीदारी सुरू करण्याचं ठरवलं. पुढची तीन दशकं ग्रॅहॅम आणि न्यूमन यांची ही भागीदारी अत्यंत यशस्वीपणे टिकून राहिली. जेरी न्यूमनध्ये उत्कृष्ट व्यवस्थापन कौशल्य होतं आणि आपल्या भागीदारीला यशस्वी करण्यासाठीची व्यूहरचना तो उत्तमपणे आखत राहिला, असं ग्रॅहॅमनं नमूद केलं आहे. खास करून आपल्यामध्ये नसलेलं विक्रीचं कौशल्य न्यूमनमध्ये असल्याचा फायदा आपल्या भागीदारीची प्रतिमा उजळवण्यात सातत्यानं झाल्याची ग्रॅहॅमला खात्री होती. निरनिराळ्या प्रकारचे करार करत असताना लागणारी चतुराई न्यूमनमध्ये ठासून भरलेली होती; ग्रॅहॅममध्ये याचाही अभाव होता. अशा प्रकारे ग्रॅहॅमचं गुंतवणुकीचं कौशल्य आणि जेरी न्यूमनचं व्यवस्थापनकौशल्य यांच्या मिलाफातून त्यांच्या भागीदारीनं अभूतपूर्व यश मिळवलं. सगळ्यात महत्त्वाचं म्हणजे न्यूमननं ग्रॅहॅमच्या डोक्यावरच्या सगळ्या व्यवस्थापकीय आणि दैनंदिन व्यवहारांशी संबंधित असलेल्या कटकटी स्वत:कडे घेतल्या. यामुळे ग्रॅहॅमला फक्त गुंतवणुकीमध्ये यश मिळवण्यासाठीची कामं करण्यामध्ये आपलं सगळं लक्ष घालता आलं. दुसरीकडे गुंतवणुकीच्या निर्णयांमध्ये जेरी न्यूमन अजिबात लक्ष घालत नसे. त्यानं यात लुडबूड करण्याचा त्यामुळं प्रश्नच उद्‌भवत नसे. अशा प्रकारे ग्रॅहॅम आणि न्यूमन या दोघांनीही आपापल्या कौशल्याचा फायदा या भागीदारीला मिळवून दिला आणि आपापल्या कमतरतांना आपल्या भागीदाराच्या कौशल्याच्या जोरावर झाकून टाकलं. हे करत असताना दोघांमधली परिपक्वता दिसून आली. समजा ग्रॅहॅम आणि न्यूमन यांनी असं न करता आपापल्या कौशल्यालाच दुसऱ्याच्या कौशल्याहून जास्त महत्त्वाचं मानलं असतं, तर यातून दोघांचंही भलं झालं नसतं. एकमेकांवर कुरघोडी करण्याच्या त्यांच्या प्रयत्नांमधून उलट त्यांचं नुकसानच झालं असतं. असं होऊ नये म्हणून दोघांनीही या संदर्भात घेतलेली काळजी म्हणूनच वाखाणण्याजोगी आहे. तसंच भागीदारी नेमकी कशी असावी याचा हा उत्तम नमुनासुद्धा आहे.

ग्रॅहॅर कंपनीतून बाहेर पडल्यावर बेंजामिन ग्रॅहॅमनं केलेल्या उल्लेखनीय

गुंतवणुकीपैकी एक म्हणून 'नॉर्दर्न पाइपलाइन कंपनी'चा उल्लेख केला पाहिजे. बलाढ्य स्टँडर्ड ऑइल कंपनीच्या तेलशुद्धीकरण प्रकल्पांना कच्चं तेल पुरवण्यासाठी एकूण ८ कंपन्या काम करत. त्यामधली एक ही नॉर्दर्न पाइपलाइन कंपनी होती. या ८ कंपन्यांच्या आर्थिक परिस्थितीविषयी एकदम त्रोटक माहिती उपलब्ध होती. ती हाती लागल्यावर ग्रॅहॅमच्या मनातलं कुतूहल जागं झालं. त्यानं लगेचच वॉशिंग्टन डीसीला जाणाऱ्या आगगाडीतून प्रवास केला आणि या कंपन्यांविषयीची माहिती पुरवणाऱ्या सरकारी संस्थेच्या कार्यालयाला भेट दिली. तिथं या कंपन्यांच्या अर्थकारणाविषयीची माहिती ज्या ठिकाणी साठवलेली होती तिथं तो गेला. त्यानं या कंपन्यांविषयीच्या फाइल्स चाळल्या. त्यातून मिळालेली माहिती अत्यंत उद्‌बोधक होती. या आठही कंपन्यांची 'रेलरोड बाँड' म्हणून ओळखल्या जाणाऱ्या नफादायी रोख्यांमध्ये मोठी गुंतवणूक होती. खास करून नॉर्दर्न पाइपलाइन कंपनीचा आर्थिक ताळेबंद तर खूपच उत्कृष्ट दिसत होता. या कंपनीचा एक शेअर ६५ डॉलर्सना उपलब्ध असला, तरी रेलरोड बाँड्स आणि इतर प्रकारची गुंतवणूक यांचा विचार करता या कंपनीकडे प्रतिशेअर ९५ डॉलर्सची मालमत्ता होती! आणखी एक महत्त्वाची गोष्ट म्हणजे या मालमत्तेचा नॉर्दर्न पाइपलाइन कंपनीच्या व्यवसायाशी काहीही संबंध नव्हता. म्हणजेच व्यवसायात अडचणी निर्माण झाल्या, तरी ही मालमत्ता तशी अबाधितच राहणार होती. याखेरीज ६५ डॉलर्स किमतीचा शेअर असलेली ही कंपनी दर वर्षी साधारण ६ डॉलर्सचा घसघशीत डिव्हिडंडसुद्धा देत होती. नॉर्दर्न पाइपलाइन कंपनीच्या अर्थकारणाकडे बारकाईनं बघितल्यावर आपल्या हाती सोन्याची खाण लागलेली असल्याची ग्रॅहॅमची खात्री झाली. १९२६ च्या उरलेल्या काळामध्ये ग्रॅहॅमच्या कंपनीनं नॉर्दर्न पाइपलाइन कंपनीच्या एकूण शेअर्सपैकी ५ टक्के शेअर्स विकत घेतले.

आपल्याकडे कंपनीच्या एकूण शेअर्सपैकी ५ टक्के हिस्सा आल्यावर बेंजामिन ग्रॅहॅमनं आपली पुढची चाल खेळायचं ठरवलं. प्रतिशेअर ९५ डॉलर्सची शिल्लक कंपनीकडे असताना यापैकी ९० डॉलर्स कंपनीनं तिच्या गुंतवणूकदारांना वाटून टाकावेत, असं ग्रॅहॅमचं म्हणणं होतं. आपल्या या म्हणण्याला नॉर्दर्न पाइपलाइन कंपनीकडून सकारात्मक प्रतिसाद मिळेल अशी ग्रॅहॅमला वाटत असलेली आशा फोल ठरली. या

कंपनीचं वार्षिक उत्पन्न ३ लाख डॉलर्स असताना तिच्याकडे ३६ लाख डॉलर्स किमतीचे रेलरोड बाँड्स नुसते पडून होते. या बाँड्सचा कंपनीच्या मुख्य व्यवसायाशी कसलाच संबंध नव्हता. अशा परिस्थितीत ही बाँड्सची मालमत्ता कंपनीच्या गुंतवणूकदारांमध्ये; म्हणजेच शेअरधारकांमध्ये वितरित करणं हा योग्यच पर्याय ठरला असता. कंपनीच्या व्यवस्थापनाला मात्र हा निर्णय शक्य तितका पुढे ढकलायचा होता. यासाठी कंपनीच्या व्यवस्थापनानं शक्य तितकी कारणं देत चालढकल करण्याचा मार्ग अवलंबला. ग्रॅहमनं मात्र आपले प्रयत्न सोडले नाहीत. यामुळे कंपनीचं व्यवस्थापन संतापलं. त्यांनी अगदी स्पष्ट शब्दांमध्ये आपल्याला ग्रॅहमचा हा आग्रह मान्य नसल्याचं सांगितलं. आपण हा व्यवसाय अनेक वर्षांपासून करत असून, त्यामधले बारकावे ग्रॅहमला माहीत नसल्याचं त्यात नमूद करण्यात आलं होतं. तसंच जर ग्रॅहमला आपला निर्णय मान्य नसेल, तर त्यानं त्याच्याकडचे शेअर्स विकून सरळ मोकळं व्हावं, असंही नॉर्दर्न पाइपलाइन कंपनीच्या वतीनं सांगण्यात आलं.

अशा प्रकारे आपल्या म्हणण्याला नॉर्दर्न पाइपलाइन कंपनीनं उडवून लावलेलं असलं, तरी इतक्या सहजपणे हार मानण्यामधला ग्रॅहम नव्हता. त्यानं कंपनीवर खटला दाखल केला. त्यात सुमारे दीड वर्ष दोन्ही बाजूंनी बरेच मुद्दे मांडले गेले. इतर शेअरधारकांनाही ग्रॅहमनं आपलं म्हणणं पटवून दिलं आणि कंपनीवर दबाव आणला. अखेर प्रतिशेअर ७० डॉलर्सचा परतावा कंपनीनं शेअरधारकांना दिला. ग्रॅहमच्या प्रयत्नांना यश आलं. ही कमाई आणि दरम्यानच्या काळात कंपनीच्या शेअरची वाढलेली किंमत हे सगळं गृहीत धरता ६५ डॉलर्सना खरेदी केलेल्या एका शेअरमागे ग्रॅहमला ११० डॉलर्सची कमाई झाली!

आता थोडंसं बेंजामिन ग्रॅहमच्या वैयक्तिक आयुष्यातल्या घडामोडींकडे वळू. १९२५ मध्ये एलैन ग्रॅहम हे तिसरं अपत्य हेझलच्या पोटी जन्मलं. यामुळे 'आयझॅक न्यूटन' असं नाव असलेला मुलगा आणि मार्जोरी या दोघांना छोटी बहीण लाभली. या तिघांवरही बेंजामिन ग्रॅहमचं प्रचंड प्रेम होतं. ग्रॅहमचं कुटुंब एकदम सुखी आणि समाधानी असल्याचं वरकरणी तरी भासत असे. ग्रॅहम आणि हेझल यांच्यामध्ये वाद असले, तरी आपल्या मुलांवर त्याचा परिणाम होऊ न देण्याची काळजी ग्रॅहम घेत असे. आतून मात्र हेझलबरोबरचा आपला संसार टिकू शकणार नाही

याची ग्रॅहॅमला पुरेपूर कल्पना होती. अगदी सुरुवातीपासूनच आपण दोघं एकमेकांना पूरक नसल्याचं त्याला जाणवत असे. अर्थात, तरीही त्यानं हेझलशी लग्न का केलं, याचं उत्तर आपल्याला तरी मिळू शकणार नाही. पहिलं साधारण दशकभर आपला संसार ठीकठाक असल्याचा आभास निर्माण करण्यात ग्रॅहॅमला यश आलं. बहुधा आर्थिकदृष्ट्या ग्रॅहॅमचं कुटुंब एकदम भरभक्कम असल्यामुळे हे शक्य झालं असावं. ग्रॅहॅम आणि हेझल यांच्यामधले मतभेद सुखसोयींमुळे कदाचित आपलं डोकं फार वर काढत नसावेत. जर ग्रॅहॅमची आर्थिक परिस्थिती चांगली नसती, तर कदाचित खूप आधीच त्याचं हेझलशी असलेलं अवघड नातं तुटलं असतं. ग्रॅहॅम आणि हेझल आपल्या संसाराचं रहाटगाडगं पुढे रेटत चाललेले असतानाच २० एप्रिल १९२७ या दिवशी ग्रॅहॅमच्या कुटुंबावर विलक्षण आघात झाला!

१९२७ च्या मार्च महिन्यात आयझॅक न्यूटन या मुलाच्या मेंदूच्या कानाच्या मागच्या भागामध्ये कवटीच्या आवरणात जिवाणूंचा संसर्ग झालेला असल्याचं निष्पन्न झालं. ग्रॅहॅमचा हा सगळ्यात लाडका मुलगा होता. शस्त्रक्रिया करून या संसर्गाचा नायनाट करणं भाग होतं. या शस्त्रक्रियेदरम्यान न्यूटनच्या मेंदूमध्ये 'स्पायनल मेनिंजायटिस' नावाची क्लिष्ट गुंतागुंत निर्माण झाली. यामुळे रुग्णाचा मेंदू आणि त्याच्या पाठीचा कणा यांच्यावर दुष्परिणाम होतात. १९२० च्या दशकात यावर काही उपायच नव्हता. हा रोग झालेली मुलं जवळपास हमखास दगावायचीच. १९४० च्या दशकात पेनिसिलिनचा शोध लागल्यानंतरच त्यावर उपाययोजना करणं शक्य झालं. आयझॅक न्यूटनचं त्याच्या नवव्या वाढदिवसाच्या काही दिवस आधी निधन झालं! त्यातच त्याचे शेवटचे काही दिवस वेदनांमुळे अशक्यप्राय झाले होते. त्याच्याकडे बघणंसुद्धा बेंजामिन ग्रॅहॅम आणि हेझल यांच्यासाठी कठीण झालं होतं. हे दिवस आपण कधीच विसरू शकणार नसल्याचं ग्रॅहॅमनं नंतर आपल्या आत्मचरित्रात नमूद केलं. आपल्या पहिल्या अपत्यावर बेंजामिन ग्रॅहॅमचा आपल्या इतर मुलांच्या तुलनेत आणखीनच खास जीव असल्यामुळं हा काळ त्याची परीक्षा घेणारा ठरला. कुणावरही येऊ नये असं संकट त्याच्यावर ओढवलं हेच खरं.

आयझॅक न्यूटनचा अकाली मृत्यू बहुधा बेंजामिन ग्रॅहॅम आणि

हेझल यांच्यामधल्या तणावपूर्ण सहजीवनामधला शेवटचा अध्याय ठरला. खरं म्हणजे आपला इतका लहान मुलगा गमवावा लागल्याच्या दुःखानं त्यांना एकत्र आणायला हवं होतं. स्वतः ग्रॅहॅमलाही तसं वाटलं. काही अंशी तसं घडलंसुद्धा. तरीही या समवेदनांपेक्षा आपण एकमेकांपासून आणखी दूर जात असल्याची जाणीव, जास्त तीव्र असल्याचं आपल्याला स्पष्टपणे जाणवलं असल्याचं ग्रॅहॅम म्हणतो. आयझॅक न्यूटनच्या मृत्यूनंतर एकदा एकत्र जेवत असताना हेझलनं अगदी स्पष्टपणे आपल्याला भावनिक आधारासाठी ग्रॅहॅमची खूप गरज भासत असली, तरी तो त्याच्या कामातच बुडालेला असतो, अशी टीका केली. तसंच आपल्या आयुष्यातली ही पोकळी आपण आपल्या फॅमिली डॉक्टरच्या रूपानं भरून काढली असल्याची कबुली तिनं दिली. यात फक्त मानसिक एकरूपता असून, त्यात शारीरिकतेचा अजिबात संबंध नव्हता, असं हेझलनं ग्रॅहॅमला स्पष्टपणे सांगितलं. ग्रॅहॅमनं हे शांतपणे ऐकून घेतलं आणि वरवर तरी हेझलच्या म्हणण्यावर विश्वास ठेवायचं ठरवलं. प्रत्यक्षात मात्र ग्रॅहॅम बहुधा खूप संतापला असावा. तसंच हेझलनं आपल्याला पूर्णसत्य सांगितलेलं नाही अशी त्याची समजूतही झाली असावी. असं म्हणण्याचं कारण म्हणजे यानंतर काही महिन्यांनी स्वतः ग्रॅहॅमचे विवाहबाह्य संबंध सुरू झाले. कदाचित, हेझलनं आपल्या बाह्य भावनिक आधाराविषयीची कल्पना दिल्यावर ग्रॅहॅमनं आपल्या खऱ्या भावना दडवून तिला आपण यामुळं व्यथित वगैरे झालेलो नसल्याचं सांगताना हे सगळं सुरू झालं असावं. अशा रीतीनं ग्रॅहॅम पती-पत्नींमधलं विश्वासाचं नातं संपुष्टात येऊनही हेझलच्या पोटी वर्षभरातच एक मुलगा जन्मला. पहिला न्यूटन दगावल्यामुळे त्याचं नाव 'दुसरा न्यूटन' असं ठेवण्यात आलं. दिसायला हे बाळ देखणं असलं, तरी त्याच्यामधल्या दोषांमुळे नंतर ग्रॅहॅम कुटुंब पार हैराण झालं. इतकंच नव्हे, तर पहिल्या न्यूटनप्रमाणे दुसरा न्यूटनही अकालीच दगावला! अर्थातच, हे ग्रॅहॅम कुटुंबीयांसाठी शक्य करण्यापलीकडचं होतं.

एकीकडे ग्रॅहॅम कुटुंबाची अशी पडझड सुरू असताना आर्थिकदृष्ट्या मात्र अत्यंत संपन्नतेचं वातावरण होतं. ग्रॅहॅमनं आलिशान भागांमध्ये आणखी घरं घेतली. त्याची मुलं उत्तमोत्तम शाळांमध्ये शिकायची. तसंच श्रीमंत कुटुंबांमधल्या प्रथांनुसार ती गायन, नृत्य अशा बाबतींमधल्या

महागड्या शिकवण्यांनाही जायची. थंडीच्या आणि उन्हाळ्याच्या सुट्ट्यांमध्ये ग्रॅहॅम कुटुंब मौजमजा करायचं आणि सहलींना जायचं. अर्थातच, एका पातळीपलीकडे ग्रॅहॅमला पैसे कमावण्यात रस नसल्यामुळं तो आपली बौद्धिक भूक भागवण्यासाठी नव्या गोष्टींचा शोध घ्यायला लागला. या दृष्टीनं तो १९२८ मध्ये कोलंबिया विद्यापीठाच्या विस्तारित विभागामध्ये गुंतवणूक विषयासंबंधीचे वर्ग घ्यायला लागला. त्यानंतर त्यानं याच विषयामधला आणखी क्लिष्ट संकल्पना असलेला पुढचा वर्गही सुरू केला. खास करून या वर्गामुळे ग्रॅहॅमला खूप समाधान मिळायचं. या वर्गाला हजेरी लावणाऱ्यांमधला एक जण म्हणजे डेव्हिड डॉड होता. ग्रॅहॅमचा तो एकदम पट्टशिष्य बनला. त्यानं ग्रॅहॅमचं सगळं शिकवणं आत्मसात तर केलंच; पण नंतर तो हा वर्ग घेण्याच्या संदर्भात ग्रॅहॅमला मदतही करायला लागला. कालांतरानं 'सिक्युरिटी ॲनॅलिसिस' या ग्रॅहॅमच्या गाजलेल्या पुस्तकाचं सहलेखनही त्यानं केलं.

त्या काळात गुंतवणुकीसंबंधीचा वर्ग इतर कुणीच घेत नसे. साहजिकच अशा विषयावरचं प्रशिक्षण देणारा बेंजामिन ग्रॅहॅम पहिलाच ठरला. त्याचा हा वर्ग खूप लोकप्रियही ठरला. एवढी लोकप्रियता स्वत: ग्रॅहॅमलाही अपेक्षित नव्हती. १९२९ पर्यंत जवळपास १५० लोक ग्रॅहॅमच्या वर्गाला हजेरी लावत असत! त्यात आकडेवारीचे संकलक आणि अभ्यासक, शेअरबाजाराशी संबंधित असलेलं काम करणारे लोक अशांचाही समावेश असायचा. वॉल स्ट्रीटपासून दूरवरच्या ठिकाणी शनिवार-रविवारव्यतिरिक्त दिवशी असा वर्ग ग्रॅहॅम घेत असूनही त्याला वॉल स्ट्रीटवर काम करणारे लोक हजेरी लावत असत; यातूनच ग्रॅहॅमच्या वर्गाला किती महत्त्व दिलं जायचं हे स्पष्ट व्हावं. या वर्गाला शिकवण्यासाठी ग्रॅहॅम स्वत: टिपणं काढत असे. आपण दिलेलं प्रशिक्षण उपस्थितांच्या पचनी पडत असल्याची खात्री करण्यासाठी ग्रॅहॅम त्यांची महिन्यातून एकदा परीक्षा घ्यायचा. कोलंबियामध्ये नंतरही ग्रॅहॅमनं शिकवणं सुरू ठरलं. काही काळानंतर तो 'न्यू यॉर्क इन्स्टिट्यूट ऑफ फायनान्स'मध्येही शिकवायला लागला. वॉरन बफे, वॉल्टर श्लॉस यांच्यासकट नंतरच्या अनेक यशस्वी गुंतवणूकदारांनी या विषयामधल्या मूलभूत संकल्पना ग्रॅहॅमच्या वर्गांमध्येच आत्मसात केल्या. याच वर्गामध्ये शिकवल्या जाणाऱ्या संकल्पनांच्या आधारे 'सिक्युरिटी ॲनॅलिसिस' हे ग्रॅहॅमचं

पुस्तक तयार झालं.

१९२९ मध्ये शेअरबाजारामध्ये विलक्षण तेजीचं वातावरण होतं. शेअरबाजार आवाक्याबाहेर चालला आहे असं ग्रॅहॅमला स्पष्टपणे जाणवत होतं. शेअर्सच्या किमती धोकादायक पातळी ओलांडून आणखी वर जाताना बघून ग्रॅहॅमला काळजी वाटत होती. अर्थात, यानंतर शेअरबाजारात ज्या प्रकारचं महासंकट कोसळलं त्याची कल्पना ग्रॅहॅमलासुद्धा आली नव्हती. तसंच खूप कमी गुंतवणूक व्यवस्थापकांना याची जाणीव झाली असल्याचा उल्लेखसुद्धा या संदर्भात केला पाहिजे. म्हणूनच ग्रॅहॅमनं इतर गुंतवणूक व्यवस्थापकांप्रमाणेच आपली गुंतवणूक सुरूच ठेवली. त्यानं त्यातल्या त्यात सुरक्षित मार्ग म्हणून 'भविष्यात' काही शेअर्स खरेदी करणं आणि काही शेअर्स विकणं असा मध्यममार्ग स्वीकारला. म्हणजेच तांत्रिक भाषेत सांगायचं तर त्यानं 'हेजिंग' केलं. सर्वसामान्य परिस्थितीमध्ये अशा प्रकारचा व्यवहार बहुधा फायद्याचा ठरतो; कारण काही शेअर्स वर जातात आणि काही शेअर्स खाली घसरतात. त्यामुळे सरसकट नफा किंवा तोटा अशी स्थिती उद्‌भवत नाही. या खेपेला मात्र तसं काही घडलं नाही. १९२९ ची महामंदी कमालीची होती. तिच्या तीव्रतेमुळे सगळ्याच कंपन्यांचे शेअर्स पार कोसळले. शतकातून एखाद्या वेळी येतं तसं हे महासंकट होतं. साहजिकच ग्रॅहॅमच्या तंत्राचाही इथे काहीएक उपयोग होऊ शकला नाही. झंझावाती लाटेमध्ये सगळंच वाहून गेलं.

अर्थात, अशा परिस्थितीतसुद्धा ग्रॅहॅममधले गुण प्रकर्षानं दिसून आले. शेअरबाजार घसरणीला लागत असल्याची चिन्हं दिसताच ग्रॅहॅमनं तातडीनं हालचाली करून आपलं नुकसान शक्य तितकं आटोपतं घेण्यासाठी वेगानं धडपड केली. यामुळे त्याचं नुकसान अगदी अतोनात पातळीचं म्हणता येईल असं झालं नाही. त्यानं आपली सगळी शस्त्रं म्यान करून बचावात्मक धोरण स्वीकारलं. यामुळे सुरुवातीला ग्रॅहॅमच्या गुंतवणुकीचं फार मोठं नुकसान झालं असलं, तरी नंतरच्या काळात हे नुकसान कमी झालं. अर्थात, संपूर्ण ४ वर्षांच्या काळात ग्रॅहॅमच्या गुंतवणुकीचं झालेलं नुकसान हे साधारण शेअरबाजाराच्या झालेल्या नुकसानाइतकंच होतं. महत्त्वाची गोष्ट म्हणजे सुरुवातीच्या धक्क्यानंतर ग्रॅहॅमनं वेगानं पावलं उचलली नसती, तर त्याच्या गुंतवणुकीचं नुकसान

एकंदर शेअरबाजाराच्या नुकसानापेक्षा खूप जास्त झालं असतं. या संदर्भातली आकडेवारी सोबतच्या तक्त्यामध्ये दाखवली आहे. १९२९ ते १९३२ या काळातली ग्रॅहमनं केलेली गुंतवणूक, डाऊ जोन्स हा अमेरिकी शेअरबाजाराचा निर्देशांक आणि स्टँडर्ड अॅण्ड पूअर्सचा ५०० शेअर्सचा निर्देशांक यांची तुलना त्यात आहे.

वर्ष बेंजामिन ग्रॅहमनं केलेल्या गुंतवणुकीवरचा परतावा डाऊ जोन्स निर्देशांका -मधल्या गुंतवणुकीवरचा परतावा एस अॅण्ड पी निर्देशांकामधल्या गुंतवणुकीचा परतावा

वर्ष	बेंजामिन ग्रॅहमनं केलेल्या गुंतवणुकीवरचा परतावा	डाऊ जोन्स निर्देशांका -मधल्या गुंतवणुकीवरचा परतावा	एस अॅण्ड पी निर्देशांकामधल्या गुंतवणुकीचा परतावा
१९२९	-२० टक्के	-१५ टक्के	-७ टक्के
१९३०	-५०.५ टक्के	-२९ टक्के	-२५ टक्के
१९३१	-१६ टक्के	-४८ टक्के	-४४ टक्के
१९३२	-३ टक्के	-१७ टक्के	-८ टक्के
१९२९-३२	-७० टक्के	-७४ टक्के	-६४ टक्के

१९२९ च्या ऑक्टोबर महिन्यात शेअरबाजारातल्या घसरणीला सुरुवात झाली. जे. पी. मॉर्गनसारख्या नावाजलेल्या गुंतवणूक तज्ज्ञांप्रमाणेच बेंजामिन ग्रॅहमलाही ही घसरण अल्पकालीन नसल्याचा अंदाज आला नाही. अधूनमधून अर्थकारणात आणि त्यामुळे शेअरबाजारात घसरण होते तशाच प्रकारची ही घसरण असावी, असं ग्रॅहमसकट सगळ्यांचं मत झालं. प्रत्यक्षात मात्र १९२९ ते १९३३ या काळात अमेरिकी अर्थव्यवस्थेमध्ये वाढ होणं तर दूरच; पण जवळपास निम्म्यानं घट झाली! १९२९ मध्ये सुमारे १६ लाख म्हणजे एकूण कार्यक्षम लोकांपैकी ३.२ टक्के लोक बेरोजगार होते. १९३२ मध्ये हा आकडा तब्बल १.२१ कोटी इतका झाला; म्हणजे २४ टक्क्यांच्याही वर गेला!

ग्रॅहमला या आघाताची पुरेशी जाणीव न होण्यामागे आणखी एक कारण होतं. सुरुवातीलाच शेअरबाजार इतका तुफान घसरला, की हे वादळ येऊन गेलं आणि आता परिस्थिती पुन्हा सुधारणार असं त्याला वाटलं. म्हणजेच शेअरबाजार खूप खाली गेल्यामुळे आता आपल्याला स्वस्तात शेअर्सची खरेदी करता येईल असं त्याचं मत झालं. अर्थातच, बव्हंशी लोकांची हीच धारणा होती. यामुळे ग्रॅहमसकट अनेक जणांनी

सुरुवातीच्या धक्क्यानंतर शेअर्सची खरेदी केली. या संदर्भातली कबुली आपल्या १९३४ च्या 'सिक्युरिटी ॲनॅलिसिस' पुस्तकाच्या प्रस्तावनेत ग्रॅहॅमनं दिली. ही आपली घोडचूक ठरल्याचंही त्यानं मान्य केलं. अर्थातच, यामुळे ग्रॅहॅमचा व्यवसाय आणि त्याची मानसिक अवस्था यांच्यावर जोरदार आघात झाले. त्यातून सावरण्यासाठी बराच काळ जावा लागला. या आर्थिक संकटाचा सगळ्यात मोठा फटका बेंजामिन ग्रॅहॅमच्या जीवनशैलीला बसला. आलिशान घरामध्ये राहणं आणि छानछौकीत जगणं अचानकपणे एकदम मुष्कील होऊन बसलं. साहजिकच ग्रॅहॅमनं आपल्या कुटुंबाचा मुक्काम एका साध्या घरात हलवला आणि नोकरचाकरांचा राबता कमी करून टाकला. तसंच १९२० पूर्वीची काटकसरी जीवनशैली ग्रॅहॅमनं पुन्हा स्वीकारली. अर्थात, ग्रॅहॅमच्या कुटुंबाची आर्थिक स्थिती खालावली असली, तरी अगदी दुर्दशेपर्यंत ती गेली नाही. अर्थात, ग्रॅहॅमची कंपनी मात्र दिवाळखोरीच्या उंबरठ्यावर जाऊन पोहोचली. यामुळे ग्रॅहॅमनं या कंपनीतून राजीनामा देऊन बाहेर पडायचं ठरवलं. तेवढ्यात जिरोमी न्यूमन या ग्रॅहॅमच्या भागीदाराच्या एका नातेवाइकानं ७५,००० डॉलर्सचा आपत्कालीन निधी पुरवून ही कंपनी कशीबशी तगवली.

या काळात गुंतवणुकीशी संबंधित असलेलं काही काम ग्रॅहॅमकडे असणं जवळपास अशक्य होतं. लोकांना खाण्यापिण्याची आणि आपल्या दैनंदिन आयुष्याची चिंता लागून राहिलेली असताना शेअरबाजार, गुंतवणूक, नफा-तोटा या सगळ्या गोष्टींविषयी ऐकण्याचीही फारशी कुणाची तयारी नव्हती. अनेक कंपन्यांनी दिवाळखोरी जाहीर केली होती. कित्येक कंपन्या विक्रीसाठी उपलब्ध होत्या. यामुळे अनेक कंपन्यांचं नेमकं बाजारमूल्य किती याविषयी खूप प्रश्न निर्माण झाले होते. एखादी कंपनी विकत घेऊ पाहणाऱ्या कंपनीला आपण नेमके किती पैसे मोजून ही कंपनी विकत घ्यायची हे ठरवणं भाग होतं. असं मोठ्या प्रमाणावर सुरू असल्यामुळं कंपन्यांचं नेमकं मूल्य ठरवण्याविषयीच्या तज्ज्ञांची गरज भासायला लागली. या पार्श्वभूमीवर बेंजामिन ग्रॅहॅमचं कौशल्य अनेक जणांनी वापरलं. कंपन्यांचं नेमकं मूल्यांकन करण्यासाठी ग्रॅहॅमला पाचारण केलं जाई. आपल्या अभ्यासपूर्ण तंत्राचा वापर करून ग्रॅहॅम त्यांना या प्रश्नाचं उत्तर मिळवून देत असे. यामुळे मुख्य काम बंद

असलेल्या ग्रॅहॅमला यातून बरी कमाई होत राहिली. तसंच कंपन्यांच्या मूल्यांकनाविषयी ग्रॅहॅमची तज्ज्ञ म्हणून असलेली प्रतिमा अजूनच उजळली.

१९३४ मध्ये ग्रॅहॅमचं 'सिक्युरिटी ॲनॅलिसिस' हे पुस्तक प्रकाशित झाल्यावर तर ग्रॅहॅमची कीर्ती अजूनच पसरली. कोलंबिया विद्यापीठात गुंतवणुकीसंबंधीचे वर्ग घेतलेल्या ग्रॅहॅमनं आपल्या अभ्यासातून मिळालेले धडे या पुस्तकाच्या लिखाणादरम्यान वापरले. डेव्हिड डॉड या पुस्तकाचा सहलेखक होता. त्यानं ग्रॅहॅमच्या वर्गांना हजेरी लावली होती आणि ग्रॅहॅमनं शिकवलेल्या गोष्टींचं अगदी व्यवस्थितपणे टिपण काढलं होतं. डॉडनं अत्यंत मन:पूर्वकरीत्या हे सगळं काम केलेलं असल्यामुळं त्याची ग्रॅहॅमशी चांगली मैत्री झाली. काही काळानंतर ग्रॅहॅम-न्यूमन कंपनी निघाली आणि त्यात डॉड संचालक मंडळाचा सदस्य बनला. या पुस्तकाचं मुख्य लिखाण ग्रॅहॅमनं केलं आणि त्यात गरज असेल तिथं भर घालणं, दुरुस्त्या करणं अशा प्रकारचं काम डॉडनं केलं. १९३२-३३ या काळात ग्रॅहॅमनं हे पुस्तक लिहून काढलं. आर्थिक महासंकटामुळं ग्रॅहॅमचे या पुस्तकामधले अनुभव अजूनच समृद्ध असल्याचं वाचकांना जाणवलं. हे पुस्तक विलक्षण गाजलं. अगदी आजही शेअरबाजारातल्या गुंतवणुकीसाठीचं बायबल म्हणून लोक त्याचा उल्लेख करतात. खरं म्हणजे हे पुस्तक तसं क्लिष्ट वाटावं असं आणि कोरडं दिसणारं आहे. तरीही या पुस्तकाच्या लाखो प्रति खपल्या आहेत ही अत्यंत आश्चर्याचीच गोष्ट म्हटली पाहिजे. हे पुस्तक सर्वसामान्य वाचकाला डोळ्यांसमोर ठेवून लिहिण्यात आलेलं नव्हतं. जाणकार किंवा तज्ज्ञ लोकांना गुंतवणुकीमधले बारकावे कळावेत यासाठी हे पुस्तक ग्रॅहॅमनं लिहिलं होतं. खरं म्हणजे १९३४च्या काही वर्षं आधी हे पुस्तक बाहेर आणण्याचा ग्रॅहॅमचा मानस होता; पण काही कारणांमुळे ते शक्य झालं नाही. नंतर हे बरंच झालं असं ग्रॅहॅमचं मत झालं. याचं कारण म्हणजे १९२९ मध्ये सुरू झालेल्या महासंकटामुळे आपला दृष्टिकोन एकदम व्यापक झाला आणि आपण हे पुस्तक खूप चांगल्या प्रकारे लिहू शकलो असं ग्रॅहॅम म्हणाला.

या पुस्तकात ज्या 'व्हॅल्यू इन्व्हेस्टिंग'विषयी ग्रॅहॅमनं लिहिलं होतं, त्या तंत्राचा फायदा त्याला स्वत:ला लगेचच दिसून आला. शेअरबाजार

खूप खाली गेलेला असताना ग्रॅहॅमनं आपल्या कंपनीसाठी उत्तम कंपन्यांचे शेअर्स मोठ्या प्रमाणावर विकत घेतले. खरं म्हणजे १९३२च्या जून महिन्यातच 'फोर्ब्ज' मासिकासाठी लिहिलेल्या लेखात ग्रॅहॅमनं शेअरबाजारात 'सेल' सुरू असल्याचं भाकित केलं होतं.

या गुंतवणुकीचा फायदा ग्रॅहॅमला नजीकच्या भविष्यातच मिळाला. आता त्याकडे आपण वळू.

पुन्हा यशाकडे...

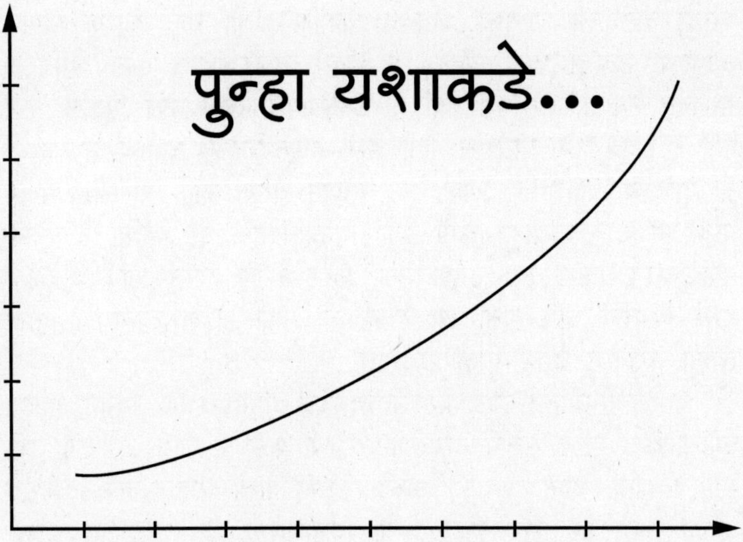

१९३४ मध्ये बेंजामिन ग्रॅहॅम आणि जेरी न्यूमन यांना आपण कठीण काळात केलेल्या गुंतवणुकीचा फायदा जाणवायला लागला. त्याआधीच्या काळात अत्यंत स्वस्तात उपलब्ध असलेल्या शेअर्सच्या किमतींमध्ये आता चांगली वाढ होताना दिसत होती. ग्रॅहॅम आणि न्यूमन यांनी आपल्या गुंतवणुकीतून होत असलेल्या नफ्यातून आपला वैयक्तिक हिस्सा किती असावा, याविषयीचे निर्णय आधीच घेतलेले असल्यामुळे त्यांना या संदर्भात कसलाच त्रास झाला नाही. झालेल्या नफ्यामधला पहिला ६ टक्के वाटा सोडून वरच्या नफ्यामध्ये आपण वाटेकरी व्हायचं असं त्यांनी ठरवलं होतं. यामुळे १९२९-३३ या पाच वर्षांच्या काळात ग्रॅहॅम आणि न्यूमन यांच्या वाट्याला अक्षरश: एक दिमडीसुद्धा आली नव्हती. १९३४ मध्ये त्यांच्या गुंतवणुकीवर नफा मिळाला खरा; पण तोही ग्रॅहॅम आणि न्यूमन

यांच्या वाट्याला येण्याची शक्यता कमीच होती. याचं कारण म्हणजे आपल्या उत्पन्नामधला पहिला ६ टक्के वाटा फक्त एका वर्षापुरता मर्यादित नव्हता; तर ज्या वर्षी ६ टक्क्यांपेक्षा कमी नफा मिळेल, त्या वर्षी ६ टक्के नफा मिळाला नाही असं म्हणून पुढच्या वर्षीच्या नफ्यामध्ये तो आदल्या वर्षीचा शिल्लक नफा म्हणून धरला जाई. म्हणजेच सलग पाच वर्षं ६ टक्क्यांहून कमी नफा मिळाल्यामुळे दर वर्षीचा ६ टक्के नफा असा एकूण ३० टक्के नफा ग्रॅहॅम आणि न्यूमन यांनी १९३४ मध्ये विसरणं भाग होतं. त्याच्यावर जो नफा होईल त्यामधला वाटा त्यांना ठरावीक दरानं मिळणार होता.

या व्यवसायातून मिळणारं उत्पन्न हेच ग्रॅहॅम आणि न्यूमन यांच्या उपजीविकेचं मुख्य साधन असल्यामुळे त्यांच्यासमोर मोठी अडचण उभी राहिली होती. आता १९३४ मध्येही आपल्याला काहीच कमाई करता आली नाही तर काय होईल, या विचारामुळे दोघं विचलित झाले. तेवढ्यात ग्रॅहॅमच्याच एका माजी विद्यार्थ्यानं सुचवलेली नवी पद्धत वापरली जावी का यावर विचार झाला. नशिबानं ग्रॅहॅम आणि न्यूमन यांच्या उरलेल्या गुंतवणूकदारांनी ती मान्य केली. त्यानुसार १ जानेवारी १९३४ पासून ग्रॅहॅम आणि न्यूमन यांच्या कंपनीच्या गुंतवणुकीतून मिळणाऱ्या नफ्यापैकी २० टक्के नफा त्या दोघांमध्ये विभागला जाईल अशी सोपी पद्धत वापरायचं ठरलं. महामंदीच्या काळात ग्रॅहॅम आणि न्यूमन यांच्याकडे केलेल्या आपल्या गुंतवणुकीच्या आकड्यात वेगानं घट होत असलेली बघून काही गुंतवणूकदार आपली गुंतवणूक काढून पळूनच गेले होते! उरलेल्या गुंतवणूकदारांना मात्र ग्रॅहॅम आणि न्यूमन यांच्यावर कदाचित दया आली असावी. यामध्ये ग्रॅहॅम आणि न्यूमन यांच्या जवळचे लोक, नातेवाईक यांचा समावेश होता. त्यामधल्या बहुतेक लोकांना आपल्याला होत असलेल्या नुकसानामागे ग्रॅहॅमचा हात नसून एकूणच शेअरबाजार जोरात घसरलेला असल्याचा हा परिणाम असल्याची जाणीव होती. त्यातच ग्रॅहॅमनं पडत्या काळात अत्यंत हुशारीनं केलेल्या गुंतवणुकीची फळं आता मिळायला लागली होती. त्याच्या गुंतवणुकीचा आकडा आता पुन्हा सुदृढ दिसायला लागला होता. १९३५च्या अखेरपर्यंत ग्रॅहॅमच्या गुंतवणुकीनं सोसलेला सगळाच्या सगळा तोटा भरून निघाला होता. महत्त्वाची गोष्ट म्हणजे कायद्यानुसार

कुठलीच गरज नसूनसुद्धा ग्रॅहॅम आणि न्यूमन यांनी आपल्या गुंतवणूकदारांचं झालेलं सगळंच्या सगळं नुकसान भरून दिलं! ही कृती अत्यंत स्पृहणीय होती. इतर कुठलेच गुंतवणूक व्यवस्थापक अशा प्रकारचा निर्णय घेणं शक्य नव्हतं. ग्रॅहॅमला मात्र आपल्या हातून इतरांचं झालेलं नुकसान भरून देणं हेच नैतिक वाटत असल्यामुळं त्यानं वैयक्तिक नफ्या-तोट्याचा विचार न करता आपल्या गुंतवणूकदारांना नुकसानभरपाई दिली.

यानंतरच्या काळात मात्र ग्रॅहॅमच्या गुंतवणुकीमध्ये मोठ्या म्हणता येतील अशा अडचणी आल्या नाहीत. काही कायदेशीर बाबींची पूर्तता करण्यासाठी म्हणून १ जानेवारी १९३६ रोजी आपल्या भागीदारीचं रूपांतर ग्रॅहॅम आणि न्यूमन यांनी 'ग्रॅहॅम-न्यूमन कॉर्पोरेशन' नावाच्या कंपनीमध्ये केलं. पुढची दोन दशकं या कंपनीनं आपल्या गुंतवणूकदारांना घसघशीत नफा मिळवून दिला. एकूणच अर्थकारणामध्ये भरभराटीचं चित्र होतं आणि ग्रॅहॅमनं आपल्या सावध पद्धतीनं गुंतवणूक करण्याचं धोरण राबवल्यामुळे त्याला अधूनमधून येत असलेल्या अडचणींचा तसा फारसा सामना करावा लागला नाही.

आपल्या गुंतवणूकदारांना उद्देशून ग्रॅहॅम वर्षातून एकदा एक पत्र लिहित असे. त्यात आपल्या गुंतवणुकीची कामगिरी, भविष्यातल्या गुंतवणुकीविषयीचं भाष्य असं सगळं असे. याचं उदाहरण म्हणून ग्रॅहॅमच्या १९४६ च्या पत्राकडे आपण बघू शकतो. त्यात त्यानं १९३६-४६ या दशकभरातल्या आपल्या कामगिरीविषयी लिहिलं होतं. त्यामधला मजकूर असा होता: 'या काळात गुंतवणूकदारांना १७.६ टक्क्यांचा नफा मिळाला आहे. स्टँडर्ड ॲण्ड पूअर्स निर्देशांक या काळात १०.१ टक्क्यांनी वर गेला. डाऊ जोन्स निर्देशांक या काळात १० टक्क्यांनी वर गेला.' अर्थातच, बेंजामिन ग्रॅहॅमची ही कामगिरी अत्युत्कृष्ट स्वरूपाची होती यात शंकाच नाही. तसंच महामंदीमुळे सावध झालेल्या ग्रॅहॅमनं या काळात अजिबात कर्ज काढून गुंतवणूक केली नव्हती. याखेरीज इतरही कुठलाही धोका न पत्करता ग्रॅहॅमनं हे यश मिळवून दाखवलं होतं.

ग्रॅहॅमची बौद्धिक भूक फक्त गुंतवणुकीमध्ये यश मिळवण्यापुरती मर्यादित राहिली नाही. जागतिक अर्थकारणामध्ये आलेल्या महासंकटाच्या

पार्श्वभूमीवर ग्रॅहॅमनं या संदर्भात खूप विचार केला. १९३३ मध्ये 'इकॉनॉमिक फोरम' या अर्थशास्त्राला वाहिलेल्या नियतकालिकामध्ये ग्रॅहॅमचा ८-पानी लेख छापून आला. या लेखात ग्रॅहॅमनं अर्थकारण पुन्हा रुळांवर आणण्यासाठी व्यापार आणि अर्थकारण यामधल्या महत्त्वाच्या वस्तूंच्या किमतींमध्ये स्थैर्य आणण्याची गरज असल्याचं मत मांडलं होतं. त्या काळात अर्थकारणामधलं चलनाचं प्रमाण किती असावं हे ठरवण्यासाठी 'गोल्ड स्टँडर्ड' नावाची पद्धत वापरली जात असे. त्यानुसार कुठल्याही देशाकडे सोन्याचा जितका साठा असेल, त्या प्रमाणात त्या देशाला चलन राखण्याची परवानगी असायची. आता ही पद्धत कालबाह्य झालेली असल्याचं ग्रॅहॅमचं मत होतं. अर्थव्यवस्थेमध्ये किती डॉलर्स असावेत हे सोन्याच्या साठ्यांनुसार न ठरवता अर्थकारणामधल्या काही महत्त्वाच्या वस्तूंच्या बाजारभावांनुसार ठरवलं जावं असं ग्रॅहॅमचं मत होतं. ग्रॅहॅमविषयी अनेक मान्यवर लोकांना आदर वाटत असल्यामुळं त्याच्या या प्रस्तावावर बरीच चर्चा झाली. तसंच त्याचं हे मत 'व्हाइट हाऊस'मधल्या या प्रश्नाविषयीच्या चर्चेमध्येही विचारात घेण्यात आलं. जॉन मेनार्ड केन्स या विख्यात अर्थतज्ज्ञानंही ग्रॅहॅमच्या म्हणण्यात काही प्रमाणात दम असल्याचा अभिप्राय दिला.

या काळातच ग्रॅहॅमनं हाती घेतलेलं आणखी एक काम त्याच्या नेहमीच्या कार्यक्षेत्राहून खूपच वेगळं होतं. ग्रॅहॅमनं काही नाटकांच्या संहिता लिहिल्या! लहानपणापासूनच ग्रॅहॅमला साहित्य, नाटकं यांची खूप आवड होती. यामुळे तेव्हापासूनच आपण नाटकांचं लिखाण करावं असा विचार त्याच्या डोक्यात घोळायचा. १९३० च्या दशकात आपल्या मुख्य व्यवसायात स्थैर्य आल्यावर आपण आपल्या या आवडीलाही न्याय द्यावा असं त्याला वाटायला लागलं. यातूनच त्याच्या हातून तीन मोठ्या नाटकांच्या संहितांचं लिखाण पूर्ण झालं. यामधल्या 'चायने वेडिंग' नाटकामध्ये हेझल या आपल्या पहिल्या पत्नीच्या व्यभिचाराविषयी भाष्य केलेलं असल्याचं नंतर स्वतः ग्रॅहॅमच म्हणाला. याचं कारण म्हणजे एका विवाहित कलाकारानं हेझलला लिहिलेली काही पत्रं ग्रॅहॅमच्या हाती लागली. त्या पत्रांमध्ये हेझलबरोबरच्या आपल्या संबंधांविषयी त्या कलाकारानं अगदी कसलाच आडपडदा न ठेवता लिहिलेलं असल्याचं ग्रॅहॅमचं म्हणणं होतं. या संदर्भात हेझलला काही विचारणं ग्रॅहॅमला

शक्य झालं नाही. याचं कारण म्हणजे स्वत: ग्रॅहॅमचे आपल्या कुटुंबियांशी परिचित असलेल्या एका अविवाहित स्त्रीशी त्याच काळात संबंध होते! तसंच ग्रॅहॅमचा स्वभाव भित्रा म्हणता येत नसला, तरी कुणाशीही वाकडं न घेण्याचा होता. म्हणूनच कोणतेही प्रश्न निर्माण झाल्यावर ग्रॅहॅम आरडाओरडा करणं वगैरे गोष्टी करायचा नाही. तो गप्प राहायचा आणि आपल्या मार्गांनी त्या प्रश्नांमधून मार्ग काढण्याचा प्रयत्न करायचा. या खेपेलाही तसंच काहीसं घडलेलं असावं. या पत्रांपैकी दोन पत्रं मात्र ग्रॅहॅमनं जपून ठेवली. याचं कारण म्हणजे काही काळानंतर हे प्रकरण वाढलं आणि आपल्याला त्या संदर्भात कायदेशीर कारवाई करण्याची वेळ आली, तर आपल्याकडे त्या संदर्भातले पुरावे असले पाहिजेत असं त्याला वाटलं. इतर कोणत्याही कारणांसाठी या पत्रांचा दुरुपयोग होऊ नये याविषयी ग्रॅहॅम खूप काळजी घ्यायचा.

आपल्या पहिल्या दोन नाटकांनंतर ग्रॅहॅमनं तिसरंही एक नाटक लिहिलं. या नाटकात एक न्हावी एका गिऱ्हाइकाची दाढी करताना दाखवलं आहे. या गिऱ्हाइकाचं न्हाव्याच्या बायकोशी लफडं सुरू असतं. त्याची कल्पना न्हाव्याला आलेली असते. त्या गिऱ्हाइकानं काही वर्षांपूर्वी न्हाव्याचे पैसेही चोरलेले असतात. साहजिकच तो न्हावी या गिऱ्हाइकावर प्रचंड संतापलेला असतो. गिऱ्हाइकाची दाढी करत असताना न्हाव्याच्या ब्लेडचं पातं गिऱ्हाइकाला इजा करण्याच्या हेतूनं फिरल्यासारखं फिरायला लागतं. यामुळे गिऱ्हाइकाची चांगलीच घाबरगुंडी उडते. अखेरीला या भीतीपोटीच त्या गिऱ्हाइकाचा मृत्यू होतो. समीक्षकांच्या मते ग्रॅहॅमची नाटकं फार गुणवत्तापूर्ण नसली, तरी त्याच्या नाटकांमधल्या पात्रांचे संवाद प्रभावी होते. हॅरी डेल्फ नावाचा ग्रॅहॅमचा एक मित्र नाटककार म्हणून बऱ्यापैकी यशस्वी ठरला होता. एक तीन अंकी विनोदी नाटक लिहायचं त्याच्या मनात होतं. आपल्या या प्रकल्पात ग्रॅहॅमला सहभागी करून घेण्याची कल्पना डेल्फच्या मनात आली. हे नाटक सहलिखित असलं तरी प्रत्यक्षात मात्र ग्रॅहॅमचं एकट्याचंच नाव त्यावर असेल अशी डेल्फची अट होती. अशी विचित्र अट असण्याचं कारण म्हणजे डेल्फला एक दुर्मीळ आजार झाला होता. त्यानं आरोग्यविमा काढलेला असल्यामुळे विमा कंपनीकडून त्याला चांगल्यापैकी रक्कम मिळत होती. या विमा योजनेमधली मुख्य अट म्हणजे आजारामुळे

रुग्ण अर्थार्जन करू शकण्याच्या स्थितीत नसण्याची होती. म्हणजेच डेल्फला स्वत:च्या जिवावर कमाई करणं शक्य असेल, तर विमा कंपनीकडून मिळणारी भरपाई बंद होणार होती. म्हणूनच विमा कंपनीकडून मिळत असलेली भरपाई सुरू राहावी यासाठी आपण कुठलंही काम करू शकत नाही, तसंच अर्थार्जन करू शकत नाही, असं भासवणं डेल्फच्या दृष्टीनं आवश्यक होतं. यासाठी त्यानं ग्रॅहॅमच्या साथीत नाटकाची संहिता लिहायचं ठरवलं; पण आपलं नाव मात्र कुठेच प्रसिद्ध होणार नाही याची काळजी घेतली. तेव्हा ग्रॅहॅम या गोष्टीला तयार झाला खरा; पण नंतरच्या काळात आपण आपल्या नीतिमत्तेत न बसणारी ही गोष्ट कशी काय केली, असं वाटून त्याचं मन त्याला खात असे. अर्थात, एकीकडे अशा प्रकारची खंत ग्रॅहॅमनं मनात बाळगलेली असली, तरी दुसरीकडे त्याचे विवाहबाह्य संबंध सातत्यानं सुरू राहिले. हे त्याच्या नीतिमत्तेत कसं काय बसत होतं, हा प्रश्न अनुत्तरितच राहतो. कदाचित, ठरावीक गोष्टींच्या बाबतीतच ग्रॅहॅमनं नीतिमत्तेनं वागायचं ठरवलं असावं. लग्न, विवाहसंस्था, प्रेमप्रकरणं, विवाहबाह्य संबंध अशा गोष्टींच्या बाबतींतले त्याचे नीतिमत्ताविषयक मापंदड वेगळे असावेत. हे आपल्याला विचित्र वाटेल आणि ते तसं आहेसुद्धा. कुठलाच माणूस अगदी सगळीकडे सातत्यानं एकाच प्रकारचे निकष लावत असल्याची आणि त्यानुसार खरोखरच वागल्याची उदाहरणं तशी दुर्मीळच आहेत. माणसाच्या मनातले विविधांगी कप्पे आणि त्याच्या मनात सुरू असलेले निरनिराळ्या प्रकारचे विचार हे सगळं समजून घेणं म्हणूनच कठीण आहे. ग्रॅहॅमच्या बाबतीतसुद्धा आपण ते अगदी नि:शंकपणे म्हणू शकतो. एकीकडे ग्रॅहॅम आपल्या गुंतवणूकदारांचं अजिबात नुकसान होऊ नये म्हणून इतर कुणामध्ये आढळत नसलेला प्रामाणिकपणा दाखवत होता. स्वत:च्या खिशातून तो आपल्या गुंतवणूकदारांच्या नुकसानाची भरपाई करून देत होता. याच्याच जोडीला डेल्फच्या अप्रामाणिकपणामध्ये आपण वाटेकरी ठरल्याची खंतही त्याच्या मनात होती. त्याच वेळी लग्नाची चौकट वारंवार उधळून लावण्यामध्ये मात्र त्याला काहीही गैर वाटत नव्हतं.

डेल्फबरोबर ग्रॅहॅमनं लिहिलेल्या नाटकाच्या संहितेमध्ये एका प्रसिद्ध वर्तमानपत्राच्या संपादकीय विभागात काम करणाऱ्या माणसाची कथा आहे. तो विवाहित असला तरी त्याचे आणखी एका स्त्रीशी विवाहबाह्य

संबंध आहेत. ही स्त्री समकालीन घडामोडींविषयी अजाणतेपणातून मजेशीर भाष्यं करत असते. या भाष्यांमधून त्या माणसाला आपल्या वर्तमानपत्रामध्ये लिखाण करण्यासाठीचे विषय सुचत जातात. त्यातच नायकाच्या पत्नीचेही विवाहबाह्य संबंध असतात. या गोंधळातून विनोदनिर्मिती होते. हे नाटक प्रसिद्ध 'ब्रॉडवे' नाटकगृहांमध्ये बऱ्यापैकी चाललं. गंमत म्हणजे या नाटकाच्या प्रसिद्धीच्या अगदी काही दिवसच आधी ग्रॅहॅमनं डॉडबरोबर लिहिलेलं 'सिक्युरिटी ॲनॅलिसिस' हे गुंतवणुकीच्या संदर्भातलं पुस्तक प्रकाशित झालं होतं! अशा प्रकारे दोन पूर्णपणे वेगवेगळ्या क्षेत्रांमधली कामगिरी लोकांसमोर एकाच वेळी आल्यामुळे चाळिशीतला ग्रॅहॅम एकदम आनंदित झाला.

अशा प्रकारे चांगल्यापैकी यशस्वी ठरत असलेल्या ग्रॅहॅमची वैयक्तिक आयुष्यामधली 'कामगिरी' आणखीनच वाकड्या रस्त्याला लागलेली होती. आधीच ग्रॅहॅमचे एका स्त्रीशी विवाहबाह्य संबंध होते. आता त्याचं आणखी नवं प्रेमप्रकरणं सुरू झालं. कदाचित नाटकाच्या लिखाणाच्या आणि ते नाटक नाटकगृहांमध्ये लागण्याच्या काळात ग्रॅहॅमच्या अनेक नव्या लोकांशी ओळखी झाल्या असाव्यात. तिथलं वातावरण मोकळंढाकळं असल्यामुळं ग्रॅहॅम नव्यानं इतर स्त्रियांकडे आकर्षित झाला असावा. ग्रॅहॅमचं पहिलं विवाहबाह्य प्रेमप्रकरण सुमारे ७ वर्षं सुरू राहिलं. यात भावनिक आणि शारीरिक अशा दोन्ही प्रकारच्या आकर्षणांचा समावेश असल्याची कबुली स्वतः ग्रॅहॅमनंच नंतर दिली. त्या मानानं त्याच्या नव्यानं सुरू झालेल्या प्रकरणांमध्ये प्रेम कमी आणि आकर्षण जास्त होतं. साधारण १९३४ च्या मध्यापासून ग्रॅहॅमची एकाहून जास्त विवाहबाह्य प्रकरणं एकाच वेळी सुरू होती हे नक्की. म्हणजेच ग्रॅहॅमनं फक्त आपल्या हेझल या पत्नीला वैतागून एखादं विवाहबाह्य प्रकरण सुरू केलं असं नाही, तर तो एखाद्या बेबंद माणसासारखा वागत होता, असं आपण म्हणू शकतो. स्वतः हेझलचं किमान एक आणि कदाचित एकाहून जास्त प्रेमप्रकरणंही सुरू होतीच. या सगळ्याचा ग्रॅहॅमच्या सदसद्विवेकबुद्धीवर काही परिणाम झाला असल्याचं मात्र जाणवत नाही. मात्र ही ग्रॅहॅमच्या वैयक्तिक आयुष्याची एका प्रकारची ठेवणच बनली. इथून पुढेसुद्धा याच प्रकारे ग्रॅहॅमनं आपला बेबंदपणा सुरू ठेवला. कदाचित, हेझलसुद्धा आपल्याला धोका देत असल्याच्या भावनेपोटी

ग्रॅहॅमनं आपली प्रेमप्रकरणं सुरू ठेवली असावीत; पण नंतरच्या काळात ग्रॅहॅमशी एकनिष्ठ असलेल्यांनाही ग्रॅहॅमनं हेझलला दिली तशीच वागणूक दिली. हे अर्थातच अयोग्य होतं. कहर म्हणजे एकीकडे हे सगळं सुरू असताना हेझलच्या पोटी पाचवं अपत्य म्हणून तिसरी मुलगी विनिफ्रेड ऊर्फ 'विनी' हिचा १९३४ मध्ये जन्म झाला.

नाटकाच्या संदर्भात फार यश हाती लागत नाही हे बघून ग्रॅहॅमनं पुन्हा एकदा गुंतवणुकीशी संबंधित असलेल्या लिखाणावरच भर द्यायचं निश्चित केलं. न्यू यॉर्कच्या शेअरबाजारात प्रशिक्षक म्हणून काम करणाऱ्या स्पेन्सर बी मेरिडिथच्या साथीत ग्रॅहॅमनं १९३७ मध्ये 'द इंटरप्रिटेशन ऑफ फायनॅन्शियल स्टेटमेंट्स' हे पुस्तक लिहिलं. कंपन्यांची आर्थिक कामगिरी कशी झाली, हे लोकांना कळावं यासाठी अनेक आर्थिक अहवाल कंपन्यांच्या वतीनं प्रसिद्ध केले जातात. त्यात आर्थिक ताळेबंद, नफा/तोटा यांच्याशी संबंधित असलेली माहिती, कंपनीची मालमत्ता आणि गुंतवणूक तसंच कंपनीच्या डोक्यावर असलेली कर्जं या सारख्या तपशिलांचाही त्यात समावेश असतो. या सगळ्या जंजाळातून आपल्याला नेमकी हवी असलेली माहिती कशी शोधायची आणि आपल्याकडच्या माहितीचा नेमका अर्थ कसा लावायचा हे बव्हंशी लोकांना कळत नाही. ते कळल्याशिवाय नेमकी कुठल्या कंपन्यांच्या शेअर्समध्ये कधी गुंतवणूक करायची याचा योग्य निर्णय ते घेऊ शकत नाहीत. ही अडचण दूर करण्याचा या पुस्तकाचा मुख्य हेतू होता.

या पुस्तकामधल्या महत्त्वाच्या माहितीचं एक ठळक उदाहरण म्हणून आपल्याला एखाद्या कंपनीकडच्या अमूर्त स्वरूपाच्या मालमत्तेचा म्हणजेच intangible assets चा विचार करता येईल. अशा प्रकारच्या मालमत्तेकडे कसं बघायचं? अशी मालमत्ता कंपनीकडे आहे म्हणून कंपनीच्या शेअरची किंमत जास्त आहे असं आपण गृहीत धरायचं का? आपल्या नेहमीच्या सखोल दृष्टिकोनातून ग्रॅहॅम आपल्याला या संदर्भातले बारकावे समजावून सांगतो. जर कंपनीकडच्या अमूर्त मालमत्तेमधून कंपनीला नफा मिळवून देणारं काही घडत असेल, तरच या अमूर्त मालमत्तेला अर्थ असतो असं ग्रॅहॅमचं म्हणणं आहे. जर नुसतीच ही अमूर्त मालमत्ता कागदोपत्री दिसत असेल; पण कंपनीच्या कामकाजावर तिचा कुठलाच अनुकूल परिणाम जाणवत नसेल, तर अशा मालमत्तेचा अजिबात

उपयोग नसतो, असं ग्रॅहॅम ठासून सांगतो.

याखेरीज आणखी एक उदाहरण आपण घेऊ शकतो. एखाद्या कंपनीकडे अल्पकालीन प्रकारची मालमत्ता जास्त असली, तर अशा कंपनीचा शेअर जास्त वर जायला पाहिजे, असं बहुतेक जणांचं मत असतं. ग्रॅहॅमनं मात्र कुठल्याही कंपनीकडच्या अल्पकालीन मालमत्तेला प्रमाणाबाहेर महत्त्व देता काम नये असा इशारा दिला. अशी अल्पकालीन मालमत्ता महत्त्वाची नसते असं अजिबात नाही, असं ग्रॅहॅम म्हणत होता; पण निव्वळ त्या आधारे संबंधित कंपनीच्या शेअरला खूप किंमत द्यायची गरज नाही असं त्याचं मत होतं.

१९३७ मध्ये ग्रॅहॅमचं अर्थशास्त्रावरचं Storage and Stability: A Modern Ever-Normal Granary हे पुस्तक प्रकाशित झालं. नंतर १९४४ मध्ये ग्रॅहॅमनं अर्थशास्त्रावर लिहिलेलं World Commodities and World Currencies हे दुसरं पुस्तकही प्रकाशित झालं. या दोन्ही पुस्तकांना अभ्यासकांनी पसंती दिली. एकीकडे सार्वजनिक आयुष्यात ग्रॅहॅम अशा प्रकारे वेगानं प्रगती साधत असताना १९३७ मध्येच त्याचा हेझलबरोबरचा विवाह संपुष्टात आला. जवळपास दोन दशकं सुरू असलेला ग्रॅहॅम आणि हेझल यांचा संसार संपताना दोघांमधले संबंध खूप कडवट होते. शेवटच्या टप्प्यात तर फक्त ग्रॅहॅम आणि हेझल यांच्यामधले संबंधच विकोपाला गेले होते असं नाही; त्याचा दुष्परिणाम त्यांच्या मुलांवरही झाला होता. मार्जोरी ग्रॅहॅम ही बेंजामिन ग्रॅहॅम आणि हेझल यांची मुलगी त्याविषयी नंतर बोलताना हे विसरू शकत नाही. तिच्याच शब्दांमध्ये सांगायचं तर: '(माझे आई-वडील) हे दोघं मला रात्री-अपरात्री उठवून आपल्या भांडणात आपापलं मतच कसं बरोबर आहे हे पटवून देण्यासाठी धडपडायचे. कारण त्यामुळे दुसऱ्याचं म्हणणं साफ चुकीचं असल्याचं सिद्ध झालं असतं. तेव्हा मी कुमारवयीन होते. मला ते आपल्या भांडणांमधले मुद्दे सांगत असले, तरी मला काहीही बोलण्याची परवानगी नसायची. मी फक्त त्यांचं बोलणं ऐकून घेणं अपेक्षित असे. हा प्रकार दीर्घकाळ सुरू राही. ते दोघंही उबगवाणे वाटायचे. नंतर मी तारुण्यात प्रवेश केला, तेव्हा या सगळ्या कटू आठवणींमुळे मला त्रास झाला आणि त्या आठवणींचं मानसिक विश्लेषण करण्याची वेळ आली. याचं कारण म्हणजे त्या आठवणींमुळे माझ्या

मनात संताप आणि अस्वस्थता यांचं थैमान सुरू असायचं. हे समूळ काढून टाकणं गरजेचं होतं. आता मला माझ्या आई-वडिलांची भांडणं नक्की कशावरून व्हायची आणि ते त्याविषयी काय म्हणायचे हे नीटसं आठवत नाही. महत्त्वाची गोष्ट म्हणजे त्यांच्या भांडणांमधल्या मुद्द्यांचं मला काही वाटायचं नाही. त्या दोघांमधला एकमेकांविषयीचा प्रचंड संताप आणि त्यांचं आता एकमेकांवर अजिबात प्रेम नसणं या गोष्टींचं मला अत्यंत वाईट वाटत असे. हे माझ्यासाठी अत्यंत कठीण होतं.'

१९३६ मध्ये आपल्या मुलांसह हेझल जहाजानं कॅलिफोर्नियाला गेली. तिथं ग्रॅहॅम कुटुंबीयांशी परिचित असलेल्या एका कुटुंबाबरोबर ती काही काळ राहणार होती. ग्रॅहॅम आणि हेझल यांच्यामधले संबंध खूपच तणावग्रस्त झालेले असल्यामुळे रोजच्या कटकटींमधून काही काळ सुटका व्हावी आणि मुलांनाही जरा मनसोक्तपणे राहता यावं, असा या दौऱ्यामागचा हेतू होता. ग्रॅहॅमच्या डोक्यात मात्र वेगळेच किडे वळवळत होते. हेझल आपल्यापासून लांब असल्याचा फायदा उठवून त्यानं या काळात तिला घटस्फोट देण्यासंबंधीची सगळी प्रक्रिया पूर्ण करून तिला काडीमोड देत असल्याचं कळवूनही टाकलं! यामुळे समोरासमोर असतानाची जोरदार भांडणं टळतील आणि आपला घटस्फोट विनासायास पूर्ण होईल, असं ग्रॅहॅमचं यामागचं तर्कशास्त्र होतं. ग्रॅहॅमनं तारेनं हेझलला घटस्फोट देत असल्याचं सरळ कळवून टाकल्यावर तिला धक्काच बसला. तिनं एका हॉटेलमध्ये असताना मार्जोरी या आपल्या सगळ्यात मोठ्या मुलीकडे आपली उरलेली मुलं सोपवली आणि काही काळ ती रस्त्यांवर निरर्थकपणे भटकत राहिली. काही वेळातच आपल्या मुलांकडे पैसे नसल्यामुळे त्यांची उपासमार होईल हे लक्षात आल्यावर मार्जोरी भानावर आली. सुरुवातीला ग्रॅहॅमनं दिलेला घटस्फोट आपल्याला अमान्य असल्याचा पवित्रा हेझलनं घेतला. ग्रॅहॅम आणि त्याचा वकील यांनी मात्र अत्यंत कठोरपणे कायद्याचा वापर करून हेझलला वाकवलं आणि तिच्यासमोर या घटस्फोटाला मान्यता देण्यावाचून दुसरा पर्यायच ठेवला नाही. बहुधा ग्रॅहॅमकडे हेझलच्या प्रियकरानं लिहिलेली दोन पत्रं असल्याचा फायदा त्यानं उठवला असावा. अर्थात, हेझलनं या घटस्फोटापायी आपल्याला ग्रॅहॅमकडून चांगली आर्थिक भरपाई मिळेल याची तरतूद मात्र केली.

अखेर १९३७ मध्ये नेवाडा राज्यामधल्या रिनो इथं बेंजामिन आणि हेझल ग्रॅहॅम यांच्या घटस्फोटासाठीचा अर्ज अधिकृतपणे दाखल करण्यात आला. आता अमेरिकेमध्ये घटस्फोटांचं प्रमाण खूपच जास्त असलं, तरी १९३७ मध्ये ते फक्त ८.७ टक्के एवढंच होतं. कुटुंबव्यवस्था आणि धर्म यांचा पगडा असल्यामुळे अशा प्रकारे लग्नसंस्थेला बाधा पोहोचवणारी कृती एकदम धक्कादायक मानली जात असे. त्यातच ज्या जोडप्याला चार मुलं असतील अशा जोडप्यानं घटस्फोट घ्यावा ही अत्यंत अनपेक्षित गोष्ट होती. साहजिकच ग्रॅहॅमच्या मुलांना हे स्वीकारणं खूप जड गेलं. समाज आपल्याकडे अत्यंत विचित्र नजरेनं बघत असल्याची जाणीव त्यांना खूप असुरक्षित करून सोडत असे. खास करून दुसरा न्यूटन या बेंजामिन ग्रॅहॅम आणि हेझल यांच्या मुलामध्ये आधीपासूनच मानसिक अस्वास्थ्याची काही लक्षणं दिसत होती; आता ती आणखी पक्की होत गेली.

आपल्या या निर्णयाचे काय परिणाम होऊ शकतात याची ग्रॅहॅमला पूर्ण कल्पना कदाचित आलेली नसावी; पण हेझलबरोबरचं दोन दशकांनंतरचं सहजीवन त्याला असह्य झालं होतं हे नक्की. आपल्यामधले हे मतभेद काही केल्या दूर होऊ शकणार नाहीत याची ग्रॅहॅमला खात्री झाली होती. म्हणूनच त्यानं इतर सगळ्या गोष्टी दूर सारून आपला घटस्फोटाचा निर्णय पूर्णत्वाला नेला असावा. नंतर ग्रॅहॅमनं आपल्या आठवणी शब्दबद्ध केल्या. त्यात त्यानं कुठलीही भीडभाड न ठेवता हेझलविषयीच्या आपल्या संतापाला वाट मोकळी करून दिली. ग्रॅहॅमचा मृत्यू हेझलच्या मृत्यूआधी झाला. नशिबानं आपल्या मृत्यूआधी हेझलनं ग्रॅहॅमचं हे लिखाण वाचलं नाही. अन्यथा, ती आपल्या आयुष्याच्या अखेरच्या टप्प्यात आणखी दु:खी झाली असती. नंतर ग्रॅहॅमला कसली तरी उपरती झाली आणि त्यानं हेझलची माफी मागून टाकली. अर्थात, ग्रॅहॅम या प्रकरणात एकटाच दोषी होता असं मात्र नाही. ग्रॅहॅमच्या मृदू स्वभावाचा आक्रमक स्वभावाच्या हेझलनं गैरफायदा घेतला असावा असं ग्रॅहॅमच्या वयाच्या सत्तरीमधल्या लिखाणातून जाणवतं: 'मला भांडणं करायला अजिबात आवडायचं नाही. तसंच माझा स्वभाव आपल्या भावनांना आवर घालण्याचा होता. याचा अर्थ मी स्वतंत्र विचारांचा नव्हतो, असं अजिबात नाही. मला कुणी आपल्यावर वरचष्मा गाजवण्याचा

प्रयत्न केल्याचं अजिबात सहन होत नसे. मला आता ठाऊक असलेल्या गोष्टी जर वयाच्या तेविसाव्या वर्षीच जाणवल्या असत्या, तर आमचं वैवाहिक आयुष्य खूपच वेगळ्या मार्गानं गेलं असतं. अगदी सुरुवातीपासूनच मी काय केलं पाहिजे हे मला सातत्यानं सांगण्यात येत असण्याला मी जोरदार विरोध केला असता. तसंच सगळ्या गोष्टींमध्ये माझ्या मतांना हेझलच्या मतांसारखंच समान महत्त्व मिळायलं हवं, असा आग्रह मी धरला असता. इतकंच नव्हे तर दर वेळी तिचंच म्हणणं खरं होऊ नये यासाठी कधी कधी मी तिच्याहून भिन्न असलेली मतं जाणूनबुजून मांडली असती. दर वेळी स्वत:चं म्हणणं योग्य आणि माझं म्हणणं अयोग्य असल्याचं भासवण्यासाठी ती वापरत असलेल्या युक्त्यांचा मी बारकाईनं अभ्यास केला असता. या युक्त्यांवर कुरघोडी करण्यासाठीच्या चाली मी रचल्या असत्या. हे सगळं करण्याऐवजी प्रत्येकच वेळी उपस्थित होत असलेली गोष्ट फार महत्त्व देण्याच्या लायकीची नसल्याचं आणि त्याविषयी भांडण करण्याची गरज नसल्याचं गृहीत धरत जाणं ही माझी मोठी चूक ठरली.'

कहर म्हणजे अशा पार्श्वभूमीवर हेझलशी घटस्फोट झाल्यावर लवकरच ग्रॅहॅमचं दुसऱ्या स्त्रीशी लग्न झालं आणि काही काळातच तिच्याबरोबरही राहणं अशक्य असल्याची त्याची खात्री झाली! कॅरोल वेड असं तिचं नाव होतं. ग्रॅहॅमबरोबर तिचं प्रेमप्रकरण सुरू झालं तेव्हा ग्रॅहॅम विवाहित होता. कॅनडाहून जहाजानं अमेरिकेत परतत असताना ग्रॅहॅम आणि कॅरोल यांची भेट झाली. अत्यंत सुंदर असलेली कॅरोल ग्रॅहॅमहून वयानं १८ वर्षांनी लहान होती. कॅनडामध्ये अभिनेत्री बनण्यासाठीची तिची धडपड सुरू होती. तिच्याकडे ग्रॅहॅम लगेचच आकर्षित झाला. १९३८ च्या मे महिन्यात त्यांचं लग्न झालं. लग्नापूर्वी ग्रॅहॅम आणि कॅरोल एकमेकांच्या प्रेमात आकंठ बुडून गेलेले असले, तरी लग्न झाल्यावर मात्र त्यांच्यामधले वादविवाद अगदी लगेचच सुरू झाले. यामागचं नेमकं कारण माहीत नसलं, तरी त्याविषयी दोन शक्यता वर्तवल्या जातात. एक म्हणजे त्या दोघांच्या वयांमधला प्रचंड मोठा फरक दोघांसाठीही अवघड होता. दुसरं कारण म्हणजे ग्रॅहॅम हा बौद्धिक स्वरूपाच्या आव्हानांमध्ये गुंतून जाणारा माणूस होता; तर कॅरोलला अशा गोष्टींची अजिबात आवड नव्हती. आपल्या सौंदर्याच्या जोरावर

अभिनेत्री बनण्याचं तिचं स्वप्न होतं. अशा प्रकारे एकदम परस्परविरोधी आवडीनिवडी असताना त्यांचे सूर जुळणं कठीणच होतं.

लग्न झाल्यावर अगदी पहिल्याच वर्षात बेंजामन ग्रॅहॅम आणि कॅरोल यांच्यामधले मतभेद तीव्र व्हायला लागले. त्याच वर्षी त्यांचं लग्न मोडण्याची शक्यता निर्माण झाली. कहर म्हणजे असं न घडण्यामागचं कारण म्हणजे त्यांची मांजर ठरली! शेरी या मांजरावर ग्रॅहॅम आणि कॅरोल या दोघांचंही खूप प्रेम असल्यामुळं आपलं लग्न मोडणं म्हणजे दोघांपैकी एकाला शेरीला गमवावं लागणं असा अर्थ होता. साहजिकच त्या दोघांनी घाई न करता आणखी धीर धरायचं ठरवलं. त्यांच्या दुर्दैवानं शेरीचा काही काळातच अचानक मृत्यू झाला आणि तिची जागा दुसऱ्या एका मांजरानं घेतली. या नव्या मांजरावर दोघांचाही जीव नसल्यामुळं त्यांच्यामधले संबंध विकोपाला गेले. याविषयी भाष्य करताना 'या नव्या मांजरानं आपल्याला प्रेम दिलं नाही' असं विचित्र विधान ग्रॅहॅम करतो.

दरम्यान १९३० च्या दशकात युरोपमध्ये सुरू असलेल्या घडामोडींमुळेही ग्रॅहॅम विचलित झाला होता. तो मूळचा ब्रिटिश ज्यू असल्यामुळे युरोपात वाढीला लागलेला ज्यू-द्वेष त्याला अस्वस्थ करून सोडत असे. जर्मनीनं फ्रान्सला नमवल्यावर आता काय होणार, असं ग्रॅहॅमला वाटायला लागलं. त्यानंतर डनकिर्क इथे अडकून पडलेले ब्रिटिश सैनिक नाझी फौजांच्या तावडीतून कसेबसे बचावले. या घडामोडींविषयी ऐकून ग्रॅहॅमला काय वाटलं हे त्याच्याच शब्दांमध्ये : 'मी खूप अस्वस्थ आणि घाबराघुबरा झालो. माझी अशी अवस्था होणं तसं दुर्मीळ होतं. या परिस्थितीमुळे माझ्या वैयक्तिक आयुष्याकडचं माझं लक्ष आणखीनच विचलित झालं. यातून मार्ग काढण्यासाठी मी काहीतरी विचित्र करायला लागलो. उदाहरणार्थ, लहानपणी कधीतरी केलेलं स्केटिंग आता मी नव्यानं सुरू केलं. स्केट्स घालून संगीत ऐकता ऐकता इतर अनेकांबरोबर वर्तुळाकार चकरा मारून माझं अस्वस्थ मन शांत व्हायला लागलं. स्केटिंगच्या अशा सत्राची सुरुवात मी खिन्न मन:स्थितीनं करत असे. माझ्या मनात कॅरोलविषयीचे निराश विचार असत. हळूहळू मी ते सगळं विसरून दु:खातून बाहेर पडायचो. माझ्या मनात फक्त माझ्या स्केटिंगचाच विचार असे. माझं मन आता शांत झालेलं असायचं.'

दरम्यानच्या काळात दुसऱ्या महायुद्धात लढणाऱ्या मित्रराष्ट्रांना शस्त्रास्त्रं आणि इतर लष्करी सामग्री मोठ्या प्रमाणावर आवश्यक असल्यामुळे अमेरिकी कंपन्यांना त्यासाठीच्या खूप ऑर्डर्स मिळत होत्या. स्वाभाविकच अमेरिकी शेअरबाजारामध्ये उत्साहाचं वातावरण होतं. या तेजीमुळे ग्रॅहॅमची आर्थिक परिस्थिती पुन्हा सुदृढ झालेली असली, तरी त्याला त्यातून काही समाधान लाभत नव्हतं. फ्रान्सचा झालेला पाडाव आणि इंग्लंड या आपल्या मायदेशासमोर उभं ठाकलेलं महासंकट यामुळे ग्रॅहॅम बेचैन असे. नंतर अमेरिकेनं महायुद्धात थेट प्रवेश केल्यानंतर ग्रॅहॅमनं युद्धसज्जतेसंबंधीच्या दोन आर्थिक समित्यांवर महत्त्वाची पदं भूषवली. आपण हिटलरच्या नाझी फौजांना पराभूत करण्यात अगदी छोटासा का होईना; पण वाटा उचलल्याचं समाधान ग्रॅहॅमला लाभलं. खरं म्हणजे या कामासाठी ग्रॅहॅमला तगडा आर्थिक मोबदला मिळू शकला असता; पण त्यानं फक्त १ डॉलरचा नाममात्र मोबदला स्वीकारून आपल्या परीनं देशाला मदत केली.

याच काळात आर्थिक विषयामध्ये नेमकं कुणाला प्रवीण म्हणायचं हे कसं ठरवायचं याविषयी ग्रॅहॅमचा विचार सुरू होता. इतर समविचारी लोक आणि संस्था यांच्या मदतीनं ग्रॅहॅमनं यातूनच 'सर्टिफाइड फायनान्शियल ॲनॅलिस्ट (सीएफए)' या पदविका अभ्यासक्रमाची संकल्पना मांडली. ग्रॅहॅमचे हे प्रयत्न अत्यंत महत्त्वाचे ठरले. १९४० च्या दशकात ग्रॅहॅमनं सीएफएची मुहूर्तमेढ रोवली आणि आजही जगभरात ही परीक्षा उत्तीर्ण झालेले काही लाख लोक असतात. आर्थिक विश्लेषणासाठी हा अभ्यासक्रम जागतिक पातळीवर अत्यंत उपयुक्त मानला जातो.

या सगळ्या गदारोळात आपण कॅरोलबरोबर आनंदी राहू शकत नाही या सत्याचा स्वीकार अखेर ग्रॅहॅमनं केला. याही खेपेला त्यानं हे नातं संपवण्यासाठी तिला घटस्फोट देण्याचा निर्णय घेतला. हेझल या आपल्या पहिल्या पत्नीला घटस्फोटाविषयी ग्रॅहॅमनं सांगितलं होतं, तेव्हा तिला आश्चर्याचा धक्का बसला होता. कॅरोलच्या बाबतीत मात्र तसं काही घडलं नाही. बहुधा तिलाही आपण ग्रॅहॅमबरोबरचं सहजीवन टिकवू शकणार नाही याची कल्पना होती. किंबहुना, हे टिकवण्याची तिची स्वत:चीच इच्छा नसावी. यामुळे लग्न झाल्यावर जेमतेम एक वर्ष आणि काही महिने इतक्या कालावधीनंतर बेंजामिन आणि कॅरोल ग्रॅहॅम

विभक्त झाले. अशा रीतीनं ३ वर्षांमध्ये बेंजामिन ग्रॅहॅमचा दुसरा घटस्फोट झाला. आपल्याला अशा प्रकारच्या नात्यांमध्ये त्रासच होतो, असं आता ग्रॅहॅमचं मत झालं. यामुळे त्यानं काही काळ आपली आई डोरा आणि आपले दोन भाऊ लिऑन आणि व्हिक्टर यांच्यासह घालवण्याचा निर्णय घेतला. ग्रॅहॅमच्या दृष्टीनं ही इष्टापत्ती ठरली; कारण १९४४ मध्ये पत्त्यांचा ब्रिजचा एक खेळ संपवून डोरा ग्रॅहॅम घरी परतत असताना एका चोरानं तिला लुबाडलं आणि तिचा खून केला! या दुर्दैवी आणि धक्कादायक घटनेच्या काही वर्षं आधी तिच्यासोबत ग्रॅहॅम राहू शकला याचं समाधान त्याला लाभलं.

आपल्या दोन अपयशी लग्नांमुळे दुखावलेला आणि त्यानंतर आपल्या आईचा अत्यंत अनपेक्षितपणे मृत्यू झाल्यामुळे सुन्न झालेला ग्रॅहॅम काही काळ दु:खात बुडून गेला. यातून मार्ग काढण्यासाठी त्यानं आपल्या आईच्या निधनानंतर काही महिन्यांनी पुन्हा एकदा लग्न करण्याचा निर्णय घेतला! एस्टेल ऊर्फ एस्टी मेसिंग ही ग्रॅहॅमची सचिव म्हणून काम करणारी स्त्री अत्यंत आकर्षक होती. तिचा स्वभाव शांत आणि सुस्वभावी असल्याचं बहुतेक जणांचं मत होतं. तसंच लपवाछपवीसारखे प्रकार तिला अजिबात आवडत नसत. कामात आकंठ बुडून जाण्याच्या बेंजामिन ग्रॅहॅमच्या स्वभावाला पूरक असेच हे स्वभावविशेष होते. लग्नानंतर एस्टीच्या पोटी 'बेन ज्युनियर' ऊर्फ 'बझ' हा मुलगा जन्मला. या लग्नामधलं हे एकमेव अपत्य ठरलं. बझच्या जन्मामुळं एक विचित्र प्रकार घडला. ग्रॅहॅमच्या हेझलबरोबरच्या पहिल्या लग्नातून झालेल्या मार्जोरी या मुलीच्या पोटी आता एक मुलगी जन्मलेली असल्यामुळे ग्रॅहॅमचा बझ हा मुलगा त्याच्या नातीपेक्षा लहान ठरला!

ग्रॅहॅमनं तिसरा विवाह करण्याचा निर्णय घेतला तेव्हा त्याच्या मुलांच्या मनात संमिश्र भावना होत्या. काही जणांची लग्नं झालेली होती तर इतरांची लग्नं काही वर्षांमध्ये होणार असं वाटत होतं. अशा वेळी आपल्या वडिलांनी पुन्हा लग्न करावं हे त्यांना काहीसं खटकत होतं. तसंच आपल्या सचिवाशी लग्न करण्याचा ग्रॅहॅमचा निर्णय त्यांना धाडसी वाटत होता. त्या काळात अशा प्रकारे फारसं कुणी लग्न करत नसे. एस्टीशी लग्न करून ग्रॅहॅम मात्र पुढची काही वर्षं सुखी ठरला. त्याच्या वैयक्तिक आयुष्यात प्रथमच त्याच्या पत्नीची साथ त्याला

आनंदी वाटायची. असं असूनही ग्रॅहॅमचे विवाहबाह्य संबंध या काळातही सुरूच राहिले! इतकंच नव्हे तर आपल्या शेजारणीकडेही ग्रॅहॅमची दृष्टी वळली होती, असं त्या शेजारणीनंच नंतर सांगितलं! आपल्याला याची किळस वाटल्यामुळे आपण कसंबसं ग्रॅहॅमच्या तावडीतून निसटलो असं ती म्हणाली. तिला ग्रॅहॅमच्या इतर काही प्रकरणांविषयी माहीत होतं आणि ती कॅरोलची चांगली मैत्रिण असल्यामुळं तिची विलक्षण मानसिक कोंडी होत राहिली. आपण हे सगळं कॅरोलला सांगावं की सांगू नये, याविषयी तिच्या मनात द्वंद्व सुरू राही.

बझच्या जन्मानंतर तीन वर्षांनी ग्रॅहॅम कुटुंब न्यू यॉर्कमधल्या स्कार्सडेल या आणखी उच्चभ्रू भागामध्ये राहायला गेलं. १९५६ मध्ये कॅलिफोर्नियामध्ये आपला मुक्काम हलवेपर्यंत ग्रॅहॅम कुटुंब तिथेच राहिलं. आपले वडील सतत असतात असं बझला जाणवत असे. बझला सांभाळायला एक आया होती. याखेरीज कॅरोलही बझला काय हवं-नको हे अधूनमधून बघत असे. अर्थात, बझला हवं तेव्हा ग्रॅहॅम त्याला वेळ नक्कीच देत असे.

एकूण काय, तर ग्रॅहॅमचं व्यावसायिक आयुष्य एकदम जोरात सुरू असलं, तरी त्याच्या खासगी आयुष्यामधलं वादळ अजिबात संपत नव्हतं!

चढउतार सुरूच...

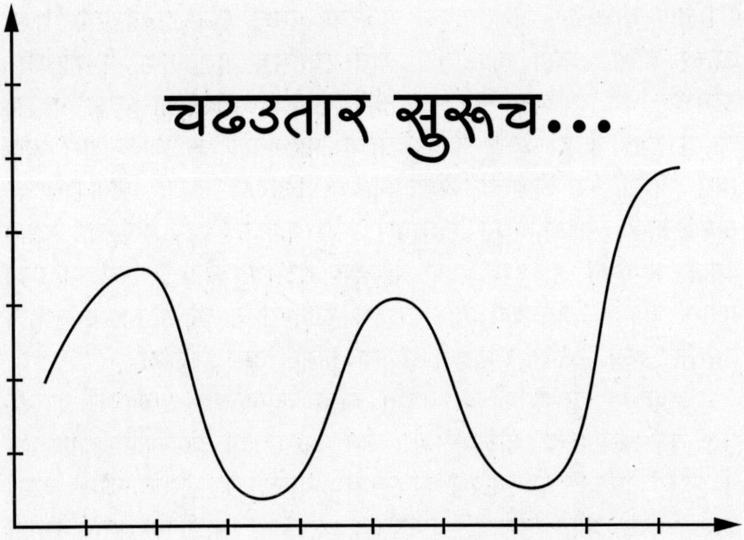

आधुनिक काळातला सगळ्यात यशस्वी गुंतवणूकदार म्हणून जगभरात वॉरन बफेचं नाव घेतलं जातं. वॉरन बफे हा बेंजामिन ग्रॅहॅमचा शिष्य होता. सुरुवातीला बफेनं ग्रॅहॅमची 'द इंटेलिजन्ट इन्व्हेस्टर' आणि 'सिक्युरिटी ॲनॅलिसिस' ही पुस्तकं वाचली. बफेनं कोलंबिया बिझिनेस स्कूलमध्ये शिकण्यासाठी अर्ज दाखल केला होता. गंमत म्हणजे त्याच विद्यापीठात ग्रॅहॅमचा सहलेखक डेव्हिड डॉड सहायक डीन आणि विद्यार्थ्यांच्या प्रवेशांसंबंधीच्या कामांमध्ये महत्त्वाची भूमिका निभावणारा, म्हणून काम बघत होता. हे लक्षात येताच बफे एकदम अवाक्च झाला. त्यानं ग्रॅहॅमचा सहलेखक म्हणून डॉडचं नाव बघितलेलं होतं. असा माणूस आपण ज्या विद्यापीठात शिकायला उत्सुक आहोत त्याच ठिकाणी कामाला आहे, याचा मोठा सुखद धक्का बफेला बसला. आधीपासूनच ग्रॅहॅम आणि डॉड यांचं

लिखाण वाचलेलं असल्यामुळं बफेच्या मनात त्या दोघांविषयी प्रचंड आदर होता. काही काळातच स्वत: ग्रॅहॅमच गुंतवणुकीशी संबंधित असलेले वर्ग घ्यायला लागला, तेव्हा बफेनं त्या वर्गाला प्रवेश घेतला. या काळात ग्रॅहॅम फक्त गुंतवणुकीच्या संदर्भातला कुशाग्र माणूस आहे असं नाही, तर आपल्या संकल्पना तो लिखित तसंच शिकवण्याच्या अशा दोन्ही माध्यमांमधून सहजपणे मांडू शकतो, असं बफेच्या लक्षात आलं. म्हणूनच १९९५ मध्ये आपल्या शेअरधारकांना लिहिलेल्या एका पत्रात बफेनं 'ग्रॅहॅमच्या वर्गांना हजेरी लावण्याचा काळ माझ्या दृष्टीनं अत्यंत उच्च दर्जाचं समाधान देणारा होता' असं लिहिलं.

आपल्या गुंतवणुकीच्या वर्गात ग्रॅहॅम काल्पनिक उदाहरणं फारशी घेत नसे. आपल्या डोळ्यांसमोर नावं असलेल्या कंपन्यांपैकी एखाद्या कंपनीची निवड तो विविध संकल्पना समजावून सांगण्यासाठी करत असे, असं बफे म्हणतो. बफेनं या संदर्भात मांडलेले इतर मुद्देही महत्त्वाचे आहेत. गुंतवणुकीच्या संदर्भातल्या विविध गोष्टींचा ऊहापोह करण्यासाठी ग्रॅहॅम काही उदाहरणं घेत असे. ही उदाहरणं, तो अत्यंत चतुराईनं तयार करायचा. उदाहरणार्थ, कंपनी अ आणि कंपनी ब अशा दोन कंपन्यांविषयीची माहिती तो पुरवायचा. या कंपन्यांचं विश्लेषण करत असताना त्या कंपन्या पूर्णपणे वेगळ्या असून, त्यांच्यामध्ये गुंतवणूक करण्यासंबंधीचे सगळे मुद्देही अगदी स्वतंत्र असल्याचं जाणवत असे. म्हणजेच, या दोघांपैकी नेमक्या कुठल्या कंपनीत गुंतवणूक करायची हे गुंतवणूकदाराला ठरवणं अवघड व्हावं, अशी परिस्थिती असल्याचं स्पष्टपणे दिसायचं. नंतर अ आणि ब या दोन्ही कंपन्या वेगळ्या नसून, काही वर्षांपूर्वी ही एकच कंपनी असल्याचं ग्रॅहॅम स्पष्ट करायचा. म्हणजेच एकाच कंपनीची परिस्थिती कशी बदलत गेली हे ग्रॅहॅम अत्यंत खुमासदारपणे या उदाहरणांमधून विषद करत असे. विद्यार्थ्यांना खिळवून ठेवण्यात आणि विचार करण्यासाठी प्रवृत्त करण्यात ग्रॅहॅमचा हातखंडा होता. बफेच्या आयुष्यातला ग्रॅहॅम हा सर्वोत्तम शिक्षक ठरला. माणूस म्हणूनही ग्रॅहॅम एकदम लाघवी असल्यामुळे त्याच्या विद्यार्थ्यांना तो हवाहवासा वाटे. ग्रॅहॅम आपल्याशी अत्यंत आपुलकीनं वागतो, असं त्याच्या सगळ्या विद्यार्थ्यांना वाटायचं. आपण ग्रॅहॅमकडून गुंतवणुकीविषयीचं बरंच काही तर शिकलोच; पण शिवाय उत्तम शिक्षक

कसं व्हायचं हेसुद्धा शिकलो असं बफे म्हणतो.

ग्रॅहॅमच्या वर्गात 'ए प्लस' ही सर्वोत्तम श्रेणी मिळवणारा बफे हा एकमेव विद्यार्थी ठरला. ग्रॅहॅम आणि बफे यांच्यामधलं शिक्षक-विद्यार्थी यांचं नातं अगदी वेगळंच होतं. तेव्हाच बफे इतर सगळ्या विद्यार्थ्यांपेक्षा एकदम वेगळा असल्याचं सगळ्यांच्या लक्षात लगेचच आलं. वर्गात आणि वर्गाबाहेरसुद्धा ग्रॅहॅम जे शिकवायचा ते आणि स्वत: ग्रॅहॅमविषयी जे काही समजेल ते सगळं शिकण्यासाठी बफे अत्यंत उत्सुक असे. म्हणजेच फक्त ग्रॅहॅमच्या गुंतवणुकीच्या अभ्यासपूर्ण विश्लेषणाबद्दलच नव्हे, तर त्याच्या व्यक्तिमत्त्वाविषयीही बफेच्या मनात खूप कुतूहल होतं. याचं ठळक उदाहरण म्हणजे गाईको नावाच्या विमा कंपनीच्या संचालक मंडळाच्या अध्यक्षपदी आपला गुरू बेंजामिन ग्रॅहॅम असल्याचं कळताच, बफे तातडीनं रेल्वे पकडून न्यू यॉर्कहून वॉशिंग्टन डीसीला कंपनीच्या मुख्यालयाकडे रवाना झाला. त्या ठिकाणी काय घडलं याची कथा खूपच वाचण्याजोगी आहे; पण ती वॉरन बफेच्या चरित्रामध्ये विस्तारानं वर्णिलेली असल्यामुळे इथे या कथेचा फक्त सारांश दिला आहे. बफे जेव्हा गाईको कंपनीच्या मुख्यालयात गेला तेव्हा शनिवार असल्यामुळं कार्यालय एकदम सुनंसुनं होतं. बफेच्या नशिबानं शनिवार असूनही कंपनीचा अर्थप्रमुख लॉरिमर डेव्हिडसन हजर होता. त्यानं बफेला भरपूर वेळ दिला आणि त्यामुळं दुपारभर बफेनं त्याच्याशी गाईको कंपनीविषयी विस्तारानं चर्चा केली. गाईको कंपनीच्या अर्थकारणाचा अभ्यास केल्यावर या कंपनीकडची मालमत्ता खूप असूनही, तिचा शेअर खूप स्वस्तात उपलब्ध असल्याचं बफेच्या लक्षात आलं. त्यानं कालांतरानं या कंपनीचे शेअर्स खूप मोठ्या प्रमाणावर खरेदी करून तिच्यावर आपला मालकी हक्क प्रस्थापित केला. अशा रीतीनं आपल्या गुरूनं शिकवलेल्या संकल्पनांचा वापर करून बफेनं प्रत्यक्ष गुंतवणुकीमध्येही जोरदार यश मिळवण्याचं हे उत्तम उदाहरण ठरलं. नंतर वॉरन बफेबरोबरच्या आपल्या पहिल्या भेटीची आठवण काढताना, आपण अत्यंत प्रगल्भ असलेल्या आणि विलक्षण बुद्धिमत्ता लाभलेल्या तरुणाला भेटत असल्याची जाणीव आपल्याला १५ मिनिटांतच झाल्याचं डेव्हिडसननं नमूद केलं. बफेनं आपल्याला गाईको कंपनीविषयी विचारलेले प्रश्न अत्यंत अभ्यासपूर्ण आणि त्याची चतुराई दर्शवणारे असल्याचं डेव्हिडसनचं लगेच मत

झालं.

असाच दुसरा प्रसंग वातानुकूल यंत्रणांशी संबंधित असलेले संच वितरित करणाऱ्या मार्शल वेल्स कंपनीच्या बाबतीत घडला. या कंपनीमध्ये बेंजामिन ग्रॅहॅमनं गुंतवणूक केलेली असल्याचं समजताच, बफेच्या मनात त्याविषयी कुतूहल निर्माण झालं. त्यानं या कंपनीच्या वार्षिक सर्वसाधारण सभेला हजेरी लावली. तसंच या कंपनीचा सखोल अभ्यास केला. यातून त्याच्या हाती गुंतवणुकीची आणखी एक संधी चालून आली.

आपण नोकरी धरायची ती सगळ्यात हुशार माणसाकडेच, असा निर्धार वॉरन बफेनं केला होता. म्हणूनच कोलंबिया विद्यापीठातून पदवी घेतल्यानंतर त्यानं आपला गुरू बेंजामिन ग्रॅहॅम आणि त्याचा भागीदार न्यूमन यांच्या कंपनीत काम करण्याविषयी ग्रॅहॅमला विचारलं. आपल्याला पगार मिळाला नाही तरी चालेल, असं बफेनं ग्रॅहॅमला सांगितलं. बफेची उत्कृष्ट शैक्षणिक कामगिरी आणि त्यानं ग्रॅहॅमच्या वर्गांमध्ये दाखवलेली अलौकिक प्रतिभा यांच्या जोरावर त्याला ग्रॅहॅमनं अगदी सहजपणे नोकरी देणं स्वाभाविक ठरलं असतं; पण प्रत्यक्षात घडलं ते वेगळंच होतं. ग्रॅहॅमनं त्याला नोकरीवर घ्यायला नकार दिला. यामुळे बफे आश्चर्यानं थक्कच झाला! यामागचं कारण काय असावं? वॉरन बफेला अशा प्रकारचं काम करण्याचा अनुभव नसणं हे त्यामागचं कारण नव्हतं. स्वत: धर्मानं ज्यू असलेल्या बेंजामिन ग्रॅहॅमला आपल्या धर्मातल्या तरुणांवर होत असलेल्या अन्यायाची चीड होती. आपण आपल्या परीनं ज्यू लोकांना संधी दिली पाहिजे, असं त्याचं मत होतं. म्हणून त्यानं वॉरन बफेऐवजी एखाद्या ज्यू तरुणाला नोकरीवर घ्यायचा निर्णय घेतला. अर्थात, काही काळातच ग्रॅहॅमचं मतपरिवर्तन झालं आणि त्यानं बफेला नोकरी दिली. अर्थातच, मुळात बफे ख्रिस्ती धर्माचा असल्यामुळे; म्हणजेच ज्यू-धर्मीय नसल्यामुळे त्याला नोकरीवर न ठेवण्याचा ग्रॅहॅमचा निर्णय साफ चुकीचा होता यात शंकाच नाही. अगदी उघडपणे धर्मभेद करण्याचं धोरण ग्रॅहॅमनं स्वीकारलेलं असल्याचं या निर्णयातून स्पष्ट होतं. आताच्या काळात तर अशा प्रकारचा उघडपणे घेतलेला निर्णय प्रचंड वादग्रस्त ठरला असता आणि कदाचित त्याची शिक्षाही ग्रॅहॅमला भोगावी लागली असती. लपूनछपून मात्र कदाचित ग्रॅहॅमच्या काळापेक्षा

जास्त खराब परिस्थिती आता असेल हा भाग वेगळा! अर्थात, ग्रॅहॅमनं ज्या काळात बफेला नोकरी न देण्याचा निर्णय घेतला, तो काळ मात्र पूर्णपणे वेगळा होता. त्या काळात अशा प्रकारे आपल्या धर्माच्या लोकांना उघडपणे प्राधान्य देणं समाजमान्य असे. सँडी वाईल या सिटीग्रुपच्या माजी अध्यक्षाच्या 'किंग ऑफ कॅपिटल' या पुस्तकात याविषयीचा उल्लेख अगदी स्पष्ट आहे. वॉल स्ट्रीटमध्ये ज्यू लोकांना अजिबात प्रवेश नसल्यामुळे ज्यूंना संधी देण्यासाठी म्हणून वाईलनं स्वतःची पहिली कंपनी उघडली!

ग्रॅहॅमनं आपल्या निर्णयामागचं तार्किक बफेला समजावून सांगितलं खरं; पण त्यानं बफेचं काही समाधान झालं नाही. उलट त्याच्या मनात यामुळे एक प्रकारची अढी निर्माण झाली. तरीही आपल्या गुरूविषयी त्याच्या तोंडून अवाक्षरही निघालं नाही. इतकंच नव्हे, तर अनेक दशकांनंतरही ग्रॅहॅमविषयी बफे अजिबात वाईट किंवा नकारात्मक पद्धतीनं बोलत नसे. तसंच ग्रॅहॅमनं आपल्याला कामावर घ्यायला दिलेला नकार काही कायमस्वरूपी नसेल, असं म्हणून बफेनं या संदर्भात पुन्हा काही काळानंतर प्रयत्न करायचं ठरवलं. ओमाहा या आपल्या मूळ गावी परतलेल्या बफेनं आपलं काम सुरू केलं आणि ग्रॅहॅमबरोबरचा पत्रव्यवहार चालूच ठेवला. अधूनमधून गुंतवणूकयोग्य कंपन्यांविषयी तो ग्रॅहॅमला आपली मतंही कळवत असे. बफेच्या या निग्रहाचा अखेर ग्रॅहॅमवर परिणाम झाला. १९५४ मध्ये ग्रॅहॅमनं आपल्या आधीच्या निर्णयाविषयी फेरविचार करून बफेला आपल्या कंपनीमध्ये कामावर घ्यायचं ठरवलं. यामुळे न्यू यॉर्कला पुन्हा एकदा आपला मुक्काम हलवून बफेनं ग्रॅहॅम-न्यूमन कॉर्पोरेशनमध्ये नोकरी सुरू केली. याआधीच बफेचं सुझन ऊर्फ 'सुझी' हिच्याशी लग्न झालं होतं. काही महिन्यांनी सुझीच्या पोटी हॉवर्ड ग्रॅहॅम बफे या मुलाचा जन्म झाला. हॉवर्ड हे वॉरन बफेच्या मुलाचं नाव होतं आणि ग्रॅहॅम हे अर्थातच बेंजामिन ग्रॅहॅमचं आडनाव होतं.

बेंजामिन ग्रॅहॅमनं आपल्यासाठी खूप काही केलं अशा आठवणी बफेनं नंतर काढल्या. महत्त्वाची गोष्ट म्हणजे आपण करत असलेल्या कुठल्याही गोष्टीच्या मोबदल्यात ग्रॅहॅमला संबंधित माणसानं काही करावं अशी अजिबात अपेक्षा नसे. उदाहरणार्थ, सुझीला नृत्याची आवड आहे, असं कळताच ग्रॅहॅमनं हळूच बफेच्या कामाच्या ठिकाणाच्या

डेस्कवर जवळच्या भागातल्या नृत्य प्रशिक्षण वर्गाची फी भरण्यासाठीचं गिफ्ट सर्टिफिकेट ठेवून दिलं. हॉवर्ड ग्रॅहम बफेचा जन्म झाल्यावर बेंजामिन ग्रॅहॅमनं त्याच्यासाठी खूप भेटवस्तू दिल्या. बौद्धिक किंवा भौतिक अशा दोन्ही प्रकारच्या भेटींच्या संदर्भात ग्रॅहॅम अत्यंत निरपेक्षपणे वागतो, असं बफेच्या लक्षात आलं. यामुळे बफेची खूप पंचाईत व्हायची. आपण ग्रॅहॅमच्या भेटींची परतफेड कशी करायची हे त्याला समजत नसे. शेवटी त्यानं तो नादच सोडून दिला. एकीकडे बेंजामिन ग्रॅहॅमच्या हाताखाली वॉरन बफेची चमक आणखीनच वाढत चाललेली असताना या दोघांच्या पत्नींमध्येही मैत्रीचं नातं निर्माण झालं. एस्टेल ही ग्रॅहॅमची पत्नी आणि सुझी ही बफेची पत्नी यांच्यामधली मैत्री घट्ट झाली.

१९४० आणि १९५० ची दशकं बेंजामिन ग्रॅहॅमच्या आयुष्यातली अत्यंत यशस्वी आणि सुखद दशकं ठरली असं वरकरणी भासतं. ग्रॅहॅमवर प्रेम करणारी पत्नी त्याला लाभली होती. तिच्या पोटी जन्मलेला मुलगा आनंदी आणि उत्तम तब्येतीचा होता. ग्रॅहॅमच्या पहिल्या लग्नातल्या दोन मुलींची लग्न झाली होती. वडील आणि आजोबा अशी दोन्ही नाती त्याला चांगलीच मानवत होती. त्याची पुस्तकं गाजत होती. ग्रॅहॅम-न्यूमन कंपनी चांगली जोरात सुरू होती. ग्रॅहॅमची वार्षिक कमाई काही लाख डॉलर्सच्या घरातली असे. आजच्या हिशेबानं या रकमेचा अंदाज घ्यायचा, तर या आकड्याला दहानं गुणलं पाहिजे! आपल्याला लाभलेलं आर्थिक स्थैर्य आपण समाजाच्या भल्यासाठीसुद्धा वापरलं पाहिजे, असं ग्रॅहॅमच्या मनात असल्यामुळं त्यानं पैसे दान करण्यामध्येही हात आखडता घेतला नाही. फक्त पैसेच नव्हे, तर आपला वेळही तो या कामात देत असे. हे सगळं सुरू असताना ग्रॅहॅमला आपल्या पहिल्या लग्नात झालेल्या दुसऱ्या न्यूटन या मुलाच्या संदर्भात प्रचंड आघात बसला.

दुसरा न्यूटन ९ वर्षांचा असताना बेंजामिन ग्रॅहॅमचा हेझल या आपल्या पहिल्या पत्नीशी घटस्फोट झाला होता. दुसरा न्यूटन सुरुवातीपासूनच जरा अडळखणारा आणि मानसिकदृष्ट्या कणखर नसलेला मुलगा होता. साहजिकच आपल्या आई-वडिलांच्या घटस्फोटामुळे तो मनातून आणखीनच कोलमडून गेला. आता तो अत्यंत एकलकोंडा

झाल्यामुळं त्याचं सगळ्यांबरोबरचं नातं अजूनच अवघड होऊन बसलं. त्याच्या आई-वडिलांनी आपल्या घटस्फोटानंतर आपापल्या मार्गांनी जात नवं लग्न जुळवल्यामुळं दुसऱ्या न्यूटनच्या मनातली घुसमट आणखीनच तीव्र होत गेली. काही काळ तो बेंजामिन ग्रॅहॅम आणि त्याची तिसरी पत्नी एस्टेल यांच्याबरोबर राहायला गेला. तिथं तो नीटपणे राहू शकत नसल्याच्या जाणिवेपोटी त्याला बोर्डिंग स्कूलमध्ये ठेवण्यात आलं. बेंजामिन ग्रॅहॅमनं खूप प्रयत्न करूनही दुसऱ्या न्यूटनच्या मनातलं थैमान काही शमू शकलं नाही. तो आपल्या वडिलांपासून खूप दूर जात राहिला. त्याच्याशी साधं बोलणंसुद्धा ग्रॅहॅमच्या दृष्टीनं अवघड असायचं. इतरही कुणाशी त्याचं फारसं जमू शकत नसे. लोकांना टाळण्याकडेच त्याचा कल असे. विलक्षण एकलकोंडेपणामुळे त्याची मन:स्थिती अजूनच बिघडत गेली.

१९५३ मध्ये कोरिया युद्धाच्या अखेरच्या टप्प्यात दुसऱ्या न्यूटनला अमेरिकी लष्करात भरती करण्यात आलं. खरं म्हणजे त्याच्या मानसिक स्थितीविषयी कुणालाच खात्री नव्हती. म्हणूनच त्याला बहुधा धोक्याच्या ठिकाणी रणभूमीवर धाडण्यात आलं नाही. काही जणांच्या मते तो कोरिया युद्धात लढलाच नाही; तर त्याला फक्त प्रशिक्षणासाठी पश्चिम जर्मनीला पाठवण्यात आलं होतं. या गदारोळात दुसऱ्या न्यूटनला लष्करामध्ये भरती करण्याला बेंजामिन ग्रॅहॅमचा सुरुवातीपासूनच विरोध होता. आपल्या मुलाची मानसिक स्थिती या जबाबदारीसाठी अयोग्य असल्याचं त्याचं स्पष्ट मत होतं. लष्करामधल्या शिस्तशीर आयुष्याला आणि तिथल्या दैनंदिन प्रश्नांना दुसरा न्यूटन कसा काय सामोरा जाऊ शकेल, या प्रश्नांनी बेंजामिन ग्रॅहॅम खूप बेचैन झाला होता. अर्थातच, आदेशांपुढे बेंजामिन ग्रॅहॅमचं काहीएक चाललं नाही. अपेक्षेप्रमाणेच लष्करात भरती झाल्यानंतर दुसऱ्या न्यूटनची परिस्थिती अजूनच बिघडली. पत्रं आणि फोन यांच्याद्वारे त्यानं आपली खुशाली अधूनमधून कळवली खरी; पण त्याला 'खुशाली' का म्हणायचं, असाच प्रश्न पडावा असा मजकूर त्यात असे. दुसऱ्या न्यूटनचं लष्करात अजिबातच ठीकठाक सुरू नसल्याचं त्यावरून अगदी स्पष्टपणे जाणवत होतं. या काळात त्याच्या मनात आत्महत्या करण्यासंबंधीचे विचार घोळत असणार यात अजिबात शंका नाही. यामुळे बेंजामिन ग्रॅहॅम अत्यंत अस्वस्थ झाला.

दुसऱ्या न्यूटनला लष्करी सेवेतून मुक्त करण्यासाठी त्यानं जोरदार प्रयत्न सुरू केले. यासाठी संबंधित सरकारी यंत्रणांना त्यानं पत्रंही लिहिली.

१९५४ मध्ये दुसरा न्यूटन या आपल्या मुलानं आत्महत्या केल्याची बातमी बेंजामिन ग्रॅहॅमच्या कानांवर आली आणि तो पार हादरूनच गेला! त्या वेळी दुसऱ्या न्यूटनच्या कामाचं ठिकाण फ्रान्स असल्यामुळं बेंजामिन ग्रॅहॅम तडक तिथं जाण्यासाठी म्हणून निघाला. तिथं असताना मेरी लुईस नावाच्या वयाच्या चाळिशीतल्या स्त्रीशी बेंजामिन ग्रॅहॅमची गाठ पडली. आपल्या मुलाचं तिच्यावर प्रेम असल्याचं ग्रॅहॅमला समजलं. आपल्या मुलाच्या आत्महत्येमुळं बेंजामिन ग्रॅहॅमला प्रचंड ताणतणावाचा आणि सामाजिक प्रश्नांचा सामना करावा लागला. म्हणूनच त्यानं याविषयी आपल्या आत्मचरित्रामध्ये लिहिताना विलक्षण सावधगिरी बाळगली असावी. आपल्या मुलाचा घडलेल्या घटनांमध्ये कसलाच दोष नसल्याचं ग्रॅहॅम म्हणतो. इतकंच नव्हे, तर आपल्या मुलानं आत्महत्या केल्याचा उल्लेखही तो टाळतो! दुसऱ्या न्यूटनच्या बाजूनं ग्रॅहॅमनं सगळं लिखाण केलं आहे. दुसऱ्या न्यूटनच्या बाबतीत जे घडलं ते निव्वळ अपघाती होतं आणि त्याच्या नशिबातच ते लिहिलेलं होतं, असं म्हणून ग्रॅहॅम इतर मुद्दे टाळण्याचा प्रयत्न करत असल्याचं या संदर्भात आढळून येतं.

१९५५ मध्ये बेंजामिन ग्रॅहॅमनं आपलं कुटुंब कॅलिफोर्नियाला स्थलांतरित केलं. काही काळ तो तिथं राहिला खरा; पण लवकरच आपल्याला सातत्यानं पैसे कमावण्याच्या कटकटीतून मुक्त व्हायचं असल्याचे विचार त्याच्या मनात घोळायला लागले. अखेर मनाचा हिय्या करून १९५६ मध्ये त्यानं आपलं गुंतवणुकीचं काम थांबवायचं ठरवलं. तसंच लॉस एंजेलिसला त्याचे दोन्ही भाऊ राहत असल्यामुळं त्यानंही तिथंच आपला मुक्काम हलवायचं ठरवलं. जेरी न्यूमनलाही आपण आता थांबावं असं वाटत होतं. यामुळे ग्रॅहॅम-न्यूमन कंपनीची जबाबदारी इथून पुढे जेरी न्यूमनचा मुलगा मिकी न्यूमन आणि वॉरन बफे या जोडगोळीकडे द्यायचं त्यांनी ठरवलं. अशी संधी कुणी सोडणं अशक्य असलं, तरी वॉरन बफेला त्यात अजिबात रस नव्हता. बेंजामिन ग्रॅहॅमसह काम करायला मिळणार म्हणून तो ग्रॅहॅम-न्यूमन

कंपनीत आला होता. आता आपला गुरूच निवृत्त होणार असेल, तर आपल्याला त्या ठिकाणी राहण्यात कसलाच रस नसल्याचं त्याचं मत झालं होतं. तसंच ओमाहा या आपल्या मायभूमीकडे परतण्याची आसही त्याला केव्हापासून लागून राहिलेली होती. स्वाभाविकपणे वॉरन बफेनं त्याच्यासमोर ठेवण्यात आलेल्या प्रस्तावाला नम्र नकार देत ओमाहाला जाण्याचा निर्णय घेतला. अखेर ग्रॅहॅम-न्यूमन कंपनी बंद करण्यासंबंधीचा निर्णय घेण्यासाठी २० ऑगस्ट १९५६ रोजी कंपनीच्या शेअरधारकांची विशेष बैठक बोलावण्यात आली. दुसरा मार्ग समोर नसल्यामुळे ३० सप्टेंबर १९५७ रोजी कंपनीचं कामकाज बंद करण्यासंबंधीची प्रक्रिया पूर्ण करण्यात आली.

१९३६-५६ या दोन दशकांच्या काळात ग्रॅहॅम-न्यूमन कंपनीच्या गुंतवणुकीची सरासरी वार्षिक कामगिरी १७.५० टक्क्यांची होती. या काळात स्टॅंडर्ड ॲण्ड पूअर्स या निर्देशांकामध्ये १४.३० टक्के इतका सरासरी वार्षिक परतावा मिळाला. म्हणजेच ग्रॅहॅम-न्यूमन कंपनीच्या गुंतवणूकदारांना प्रदीर्घ काळ ३ टक्के जास्त परतावा मिळाला. १९५६ मध्ये आपल्या गुंतवणुकीची योजना बंद करत असताना ग्रॅहॅमनं आपल्या गुंतवणूकदारांना गाईको कंपनीच्या शेअर्समध्ये भरघोस गुंतवणूक करण्याचा सल्ला दिला होता. ज्या गुंतवणूकदारांनी ग्रॅहॅमचा हा सल्ला मानला त्यांना इथून पुढच्या काळातही प्रचंड नफा मिळाला.

१९४५ ते १९५६ या काळातली आकडेवारी जास्त अचूकपणे उपलब्ध असल्यामुळे, काही अभ्यासकांनी या काळामधल्या बेंजामिन ग्रॅहॅमच्या गुंतवणुकीचा 'बीटा रेशो' काढला. याचा सोपा अर्थ म्हणजे एकूण शेअरबाजारामधल्या गुंतवणुकीच्या तुलनेत ग्रॅहॅमच्या गुंतवणुकीचा धोका किती होता हे ठरवणं. या बीटा गुणोत्तराचं प्रमाण फक्त ०.३९ म्हणजेच ३९ टक्के असल्याचं त्यांना आढळलं. म्हणजेच शेअरबाजारात गुंतवणूक करतानाचा धोका १०० टक्के असल्याचं मानलं, तर ग्रॅहॅमकडे गुंतवणूक करण्याचा धोका फक्त ३९ टक्के होता! अशा प्रकारे खूप कमी धोका पत्करूनसुद्धा ग्रॅहॅमनं आपल्या गुंतवणूकदारांना भरघोस नफा मिळवून दिला असल्याचं यातून स्पष्ट होईल. तसंच ग्रॅहॅमच्या गुंतवणुकीमधला 'अल्फा' ७.७ होता. याचा सोप्या शब्दांमधला अर्थ म्हणजे, ग्रॅहॅमच्या कमी धोका पत्करण्याच्या धोरणावर आधारलेल्या

गुंतवणुकीतून किती परतावा मिळेल याचा गणिती अंदाज काढला, तर त्याची किंमत जितकी असेल त्याहून प्रत्यक्षात ग्रॅहॅमनं आपल्या गुंतवणूकदारांना ७.७ टक्के जास्त परतावा मिळवून दिला. अर्थातच, वडिलांच्या निधनानंतरची आपली सुरुवातीची दारुण आर्थिक परिस्थिती आणि त्यानंतर १९२९ च्या भीषण महामंदीनंतरची स्थिती यामुळे ग्रॅहॅमनं अगदी कमीत कमी धोका पत्करायचं ठरवलेलं होतं. साहजिकच त्याला कदाचित आणखी जास्त धोका पत्करून आपल्या गुंतवणूकदारांना जास्त परतावा मिळवून देणं शक्य झालं असतं; तरीही त्यानं असं करण्याला साफ नकार दिला. विनाकारण धोका पत्करून आपण आपल्या गुंतवणूकदारांना अडचणीत आणण्याच्या साफ विरोधात असल्याचं त्याच्या कृतींमधून सातत्यानं दिसून आलं. एक वेळ कमी परतावा मिळाला तरी चालेल; पण आपण जास्त परताव्याच्या आशेपोटी अजिबात धोका पत्करणार नसल्याचं धोरण त्यानं नेहमीच राबवलं. काही वेळा बेंजामिन ग्रॅहॅमबरोबर त्याचे सहकारी तो जरा जास्तच बचावात्मक धोरण स्वीकारतो असं म्हणायचे; पण ग्रॅहॅमनं त्यांच्याकडे लक्ष दिलं नाही. म्हणूनच ग्रॅहॅमच्या गुंतवणुकीतून मिळालेलं यश आकड्यांच्या दृष्टीनं अत्यंत मोठं तर होतंच; पण त्यातही महत्त्वाची गोष्ट म्हणजे हे यश मिळवताना त्यानं अगदी कमी धोका पत्करलेला होता. खूप धोका पत्करून मिळालेलं हे यश नव्हतं. अशा प्रकारे अत्युत्तम परतावा आणि त्याच्या जोडीला एकदम कमी धोका हे मिश्रण इतर कुठल्या गुंतवणूक व्यवस्थापकाच्या बाबतीमध्ये अगदी अभावानंच आढळत असे. ग्रॅहॅमनं मात्र ते लीलया साध्य केलं.

१९५० च्या मध्यावर ग्रॅहॅमनं आता आपण भरपूर पैसे कमावून झाले असं म्हणत निवृत्तीचा मार्ग पत्करला. जवळपास अहोरात्र काम करणारा ग्रॅहॅम आता शांत आयुष्य जगण्याकडे झुकला होता. त्याची आर्थिक परिस्थिती अत्यंत भरभक्कम होती. त्याच्या जीवनात स्थैर्य आलं होतं. त्याचा नावलौकिक सगळीकडे झाला होता. म्हणूनच आता आपण पूर्ण वेळ गुंतवणूक व्यवस्थापनाचं काम करत राहायचं नाही, असं त्यानं ठरवून टाकलं. अर्थात गुंतवणूक, अर्थशास्त्र हे त्याचे आवडते विषय असल्यामुळं त्यानं त्याविषयीचं लिखाण सुरू ठेवलं. तसंच या विषयांवर तो अधूनमधून व्याख्यानंही देत असे. आपल्या

'सिक्युरिटी ॲनॅलिसिस' आणि 'द इंटेलिजन्ट इन्व्हेस्टर' या गाजलेल्या पुस्तकांच्या पुढच्या आवृत्त्यांवरही त्यानं काम केलं. याशिवाय अनेक मान्यवर आर्थिक नियतकालिकांमधलं त्याचं लिखाण सुरू राहिलं.

आपली बहुतेक सगळी संपत्ती ग्रॅहॅमनं आता 'म्युनिसिपल बाँड्स'मध्ये गुंतवून टाकली. अमेरिकेमध्ये फक्त राष्ट्रीय पातळीवरच नव्हे, तर राज्यांच्या आणि अगदी गावांच्या पातळीवरही सरकार बाँड्स विकायला काढतं. हे बाँड्स सुरक्षित समजले जातात. आता पुन्हा शेअरबाजाराच्या चढउतारांची कटकट नको म्हणून बहुधा ग्रॅहॅमनं असं केलं असावं. एका अर्थानं ही अत्यंत गंमतशीर गोष्ट होती. शेअरबाजाराविषयीचं सर्वोत्तम ज्ञान असलेल्या माणसानं एका क्षणी आता हे आपल्याला नको असं म्हणून आपली सगळी गुंतवणूक शेअरबाजारातून काढून घ्यावी आणि कमी परतावा देणाऱ्या सुरक्षित बाँड्समध्ये गुंतवावी यातूनच ग्रॅहॅमच्या स्वभावाविषयी आपल्याला समजेल. एका मर्यादेनंतर आपण थांबावं आणि अधिक हाव मनात धरू नये, असं ग्रॅहॅमच्या कृतीतून स्पष्ट होतं.

आता पूर्ण वेळ काम नसल्यामुळे इतकी वर्षं रात्रंदिवस कामात बुडून गेलेला ग्रॅहॅम आता जरा अस्वस्थ नक्कीच असायचा. आपला वेळ नक्की कसा घालवायचा याविषयी त्याच्या मनात चलबिचल असे. आधी उल्लेख केलेल्या गोष्टींखेरीज गणितामधलं काही संशोधन तो करत असे. या काळात ग्रॅहॅम दक्षिण कॅलिफोर्नियामध्ये राहायला आला. तिथलं सुंदर हवामान आणि नैसर्गिकसौंदर्य यामुळे ग्रॅहॅमसारख्याला तिथं निवांतपणे राहायला खूपच आवडलं. त्यातच ग्रॅहॅमची आई आता जगात नव्हती. त्याच्या तीन मुलींपैकी दोघींची लग्न झाली होती. त्याची दोन मोठी मुलं जगात नव्हती. अशा परिस्थितीत लिऑन आणि व्हिक्टर हे ग्रॅहॅमचे दोन भाऊ दक्षिण कॅलिफोर्नियामधल्या लॉस एंजेलिसमध्ये आपापल्या कुटुंबासह राहत असल्यामुळं आपणही तिथं स्थायिक व्हावं, असं ग्रॅहॅमला वाटायला लागलं. आपल्या भावांशी ग्रॅहॅमचं अत्यंत जवळचं नातं होतं. त्यातच आपल्या स्वतःच्या कौटुंबिक आयुष्याची वाताहत झालेली असल्यामुळं आपल्या भावांच्या जवळ असावं असं ग्रॅहॅमला वाटणं स्वाभाविकच होतं. त्याला मानसिक आणि भावनिक आधाराची गरज होती. ती भरून काढण्यामध्ये त्याच्या भावांची आणि त्यांच्या कुटुंबीयांची खूप मदत झाली.

एस्टेल आणि बझ यांच्यासह लॉस एंजेलिसमधलं आयुष्य ग्रॅहॅमनं एकदम मजेत घालवलं. तिथलं निसर्गसौंदर्य, जवळचे समुद्रकिनारे यांचा त्यांनी पुरेपूर आस्वाद घेतला. अर्थातच, निवृत्तीदरम्यानच्या आपल्या आत्तापर्यंतच्या आयुष्यात आपण असं दिवसभर काहीच न करता जगू शकणार नाही, याची ग्रॅहॅमला जाणीव झाली होती. आपण आधीसारखं कामाला जुंपून घ्यायचं नाही या बाबतीत तो ठाम असला, तरी दिवसभर नुसता आराम करणं हे त्याच्या बौद्धिकतेला आणि चुळबुळ्या स्वभावाला साजेसं नव्हतं. यामुळं कोलंबिया विद्यापीठातल्या २६ वर्षांच्या अत्यंत संस्मरणीय कारकिर्दीनंतर ग्रॅहॅमनं युनिव्हर्सिटी ऑफ कॅलिफोर्निया अ‍ॅण्ड लॉस एंजेलिस (युक्ला) इथल्या व्यावसायिक कौशल्याच्या अभ्यासक्रमांचं अध्यापन करायचं ठरवलं. अर्थातच तिथंही आपल्या गुंतवणुकीसंबंधीचा अत्यंत लोकप्रिय अभ्यासक्रम त्यानं सुरू केला.

आता ग्रॅहॅम अत्यंत उच्चभ्रू परिसर असलेल्या आलिशान बंगल्यात राहत असे. साहजिकच त्याची ऊठबैससुद्धा अशाच प्रकारच्या लोकांमध्ये व्हायला लागली. अर्थात स्वत: ग्रॅहॅमला अशा गोष्टींचं अजिबात आकर्षण नव्हतं. त्यामुळे त्याला त्याचं फार काही वाटत नसे. या काळात ग्रॅहॅमच्या घरी गप्पा मारायला आणि जेवायला येणाऱ्या मंडळींमध्ये 'द स्टोरी ऑफ सिव्हिलायझेशन'सकट अनेक अजरामर पुस्तकं लिहिणारा विल ड्युरँट, 'द अ‍ॅगनी अँड द एक्स्टसी' लिहिणारा आयर्विंग स्टोन अशांसारख्या जगप्रसिद्ध लोकांचा समावेश होता! नुसताच आरामात वेळ घालवणं शक्य नसल्यामुळं ग्रॅहॅमनं अनेक बौद्धिक आणि संशोधनात्मक कामांमध्ये हातभार लावायला सुरुवात केली. युक्लामध्ये प्राध्यापकांना उत्तम वेतन मिळत असूनही इथल्या १५ वर्षांच्या कारकिर्दीमध्ये ग्रॅहॅमनं आपल्या कामासाठी एक छदामही घेतला नाही! त्याच्या या नि:स्पृह वृत्तीमुळे त्याच्याविषयी अनेक जणांच्या मनात खूप आदर निर्माण झाला. युक्लात तसंच इतरही अनेक प्रकल्पांमध्ये ग्रॅहॅमनं महत्त्वाचं योगदान दिलं. काही प्रकल्पांमध्ये आपल्याला मनासारखं काम करायला मिळत नाही किंवा त्या प्रकल्पांमध्ये मुळात फार काही करण्यासारखंच नाही असं ग्रॅहॅमच्या लक्षात आल्यावर त्यानं या प्रकल्पांमधून हळूहळू आपलं अंग काढूनही घेतलं. गाईकोसारख्या काही कंपन्यांच्या संचालक मंडळावर ग्रॅहॅम कायम राहिला; पण या कामांमध्ये त्याचा सहभाग

खूपच कमी असे. बहुतेक काळ ग्रॅहॅम कॅलिफोर्नियामध्येच घालवायचा.

एस्टी या आपल्या तिसऱ्या पत्नीबरोबरचं ग्रॅहॅमचं नातं आधीच्या दोन पत्नींबरोबरच्या नात्यांपेक्षा चांगलं दिसत असलं, तरी एस्टीविषयीही ग्रॅहॅम फार खूश नव्हताच. एकूणच सगळ्याच स्त्रिया विचित्र, वर्चस्ववादी, आपल्या चांगुलपणाची कदर नसलेल्या आणि आपल्या कामात सतत अडथळे आणणाऱ्या असल्याचं त्याचं मत झालं. अर्थातच, सरसकट सगळ्याच स्त्रिया अशा कशा असू शकतील, असा प्रश्न कुठल्याही सुज्ञ माणसाला पडेल. याचाच अर्थ बेंजामिन ग्रॅहॅमच्या विचारसरणीत आणि स्वभावात मूलभूत दोष असणार हे नक्की. इतर बाबतींमध्ये ग्रॅहॅम अत्यंत हुशार असला तरी स्त्रियांबरोबरच्या संबंधांच्या बाबतीत तो खूपच कमी पडला यात शंका नाही. कहर म्हणजे या पार्श्वभूमीवर वयाच्या साठाव्या वर्षी पुन्हा एकदा हाच बेंजामिन ग्रॅहॅम परत एकदा एका स्त्रीच्या प्रेमात पडला! या स्त्रीचं नाव मलौ होतं. तिची ग्रॅहॅमशी पहिली भेट १९५४ मध्ये झाली होती. ग्रॅहॅमचं सध्याची पत्नी एस्टी हिच्याबरोबरचं प्रेमप्रकरण १९४० मध्ये सुरू झालं आणि १९४४ मध्ये त्यांचं लग्न झालं. एस्टी ही ग्रॅहॅमची पहिली पत्नी हेझल हिच्या मानानं जास्त समजूतदार आणि दिसायला आकर्षक होती. असं असूनही एस्टी आणि बेंजामिन ग्रॅहॅम यांच्यामधलं नातं अगदी निखळ होऊ शकलं नाही. एस्टीबद्दल ग्रॅहॅमच्या मनात कसली तरी अढी बसली होती आणि त्यामुळं त्यानं तिच्यावरही अगदी झोकून देऊन प्रेम केलं नाही.

आता ही मलौ नावाची स्त्री नेमकी कोण होती? कोरिया युद्धादरम्यान बेंजामिन ग्रॅहॅमच्या दुसरा न्यूटन या मुलाला जवळपास सक्तीनं युद्धभूमीवर धाडण्यात आल्याचा उल्लेख मागे आलेला आहे. हा दुसरा न्यूटन फ्रान्समध्ये असताना तो या मलौच्या प्रेमात पडला होता. दुसऱ्या न्यूटननं आत्महत्या केल्यावर ग्रॅहॅम जेव्हा त्याचा मृतदेह आणण्यासाठी आणि इतर सोपस्कार पूर्ण करण्यासाठी १९५४ मध्ये गेला, तेव्हा त्याची भेट मलौशी झाली. कदाचित तिथल्या काही आठवड्यांच्या सहवासात ग्रॅहॅम आपल्या संभाव्य सुनेच्या प्रेमात पडला किंवा तो अमेरिकेला परतल्यावर मलौशी त्याच्या झालेल्या पत्रव्यवहारादरम्यान त्यांचे सूर जुळत गेले.

या मलौचं आडनाव नक्की काय होतं याविषयी संभ्रम आहेत.

काही जणांनी तिचं आडनाव ॲमिन्गस असल्याचं म्हटलेलं आहे. अशा प्रकारची आडनावं प्रामुख्यानं पोर्तुगीझ लोकांची असतात. इतर ठिकाणी तिचं आडनाव बॅस्क असल्याचं म्हटलेलं आहे. मलौला स्पॅनिश आणि फ्रेंच भाषा उत्तम प्रकारे येत होत्या. तिचं इंग्रजीही चांगलं होतं. पोर्तुगालमधल्या काही बेटांवर मलौ आणि बेंजामिन ग्रॅहॅम यांनी बराच काळ एकत्र घालवला. मलौ मूळची कुठली होती याविषयी नक्की माहिती उपलब्ध नसली, तरी तिचं नागरिकत्व फ्रेंच होतं यात शंका नाही. त्या पिढीमधल्या अनेक फ्रेंच लोकांप्रमाणेच मलौच्या मनातही अमेरिकी लोकांविषयी एकदम संतापाची भावना होती. असं असूनही इंग्रजी भाषा उत्तम येत असल्यामुळं मलौचं दुसऱ्या न्यूटनशी चांगलं प्रेमप्रकरण झालं असावं. यामधला आणखी एक विचित्रपणा म्हणजे वयानं दुसरा न्यूटन हा मलौपेक्षा जवळपास २० वर्षांनी लहान होता! मलौला एक मुलगा होता आणि त्याचं वय साधारण दुसऱ्या न्यूटनएवढंच होतं! १९५० च्या दशकात फ्रान्समध्ये अशा प्रकारचं विचित्र नातं फारसं मान्य नसे. हे कमी म्हणून की काय, आपल्या प्रियकरानं आत्महत्या केल्यावर त्याच्या विवाहित वडिलांच्या प्रेमात पडण्याचा प्रकार मलौनं करणं हे तर त्या काळामध्ये अक्षरश: सनसनाटीच होतं!

मलौबद्दलची काही माहिती ऐकण्यासारखी आहे. दुसऱ्या महायुद्धादरम्यान नाझी फौजांना फ्रान्समध्ये विरोध करण्यासाठी भूमिगत चळवळी राबवणाऱ्यांना मलौ मदत करायची. ती खूप बुद्धिमानही होती. तिच्या या पार्श्वभूमीमुळे तिच्याकडे बेंजामिन ग्रॅहॅम आकृष्ट झाला. मलौला साहित्याचीही आवड होती. साहजिकच ग्रॅहॅमच्या आवडीच्या विषयांमध्ये साहित्य अगदी वरचं असल्यामुळं मलौविषयीचं त्याचं मत अजूनच चांगलं झालं. स्वभावानं मलौ एकलकोंडी होती असं म्हणतात. कुणाशीही खुलेपणानं बोलण्यासाठी तिला बराच वेळ लागत असे. अर्थात, ग्रॅहॅमबरोबर तिचं सूत चांगलंच जुळलं. त्याच्या मनातल्या द्वंद्वाला मलौनं आळा घातला आणि यामुळे ग्रॅहॅम स्वस्थ झाला असं मानलं जातं. मलौशी भेट होईपर्यंत ग्रॅहॅम स्वत:मध्ये गुंतल्यासारखा आणि काहीसा बुजलेला वाटत असे; पण मलौमुळे तो एकदम खुलेपणानं वागायला लागला, असं निरीक्षण काही जणांनी नोंदवलं आहे.

मलौच्या प्रेमात बेंजामिन ग्रॅहॅम पडल्यामुळं त्यानं एस्टीबरोबरचे

संबंध तोडले. यामुळे एस्टीला ओळखणारे जवळचे लोक खूप संतापले. एस्टीनं अत्यंत एकनिष्ठपणे ग्रॅहॅमबरोबरचं आपलं सहजीवन व्यतित केलेलं असताना, वयाच्या साठाव्या वर्षी ग्रॅहॅमला ही नवी दुर्बुद्धी कुठून सुचली आणि त्यानं अत्यंत निर्दयीपणे एस्टीला कसं बाजूला केलं, असा रास्त सवाल त्यांच्या मनात आला. खरं म्हणजे कायमच ग्रॅहॅमची प्रेमप्रकरणांची मालिका जणू काही अखंडपणे सुरू असल्यामुळे मलौची त्यात केवळ भर पडली, असं सुरुवातीला एस्टीला वाटत होतं. कालांतरानं मलौऐवजी दुसरं कुणीतरी आपल्या नवऱ्याच्या आयुष्यात काही काळासाठी येईल अशी तिची समजूत होती. प्रत्यक्षात मात्र शारीरिक आणि मानसिक अशा दोन्ही पातळ्यांवर मलौच्या प्रेमात ग्रॅहॅम पुरता बुडून गेला. त्याच्या आयुष्यामधल्या असंख्य प्रेमप्रकरणांमधलं मलौचं प्रकरण त्याच्या दृष्टीनं सगळ्यात समाधानकारक ठरलं. १९६० च्या दशकाच्या सुरुवातीला मलौबरोबर ग्रॅहॅमनं अनेक दीर्घ सहली काढल्या. युरोपमध्येही ते बरेच फिरले. एस्टीविषयी ग्रॅहॅमच्या मनात अजून भावना शिल्लक होत्या. आपल्याला अर्ध वर्ष मलौबरोबर आणि उरलेलं अर्ध वर्ष एस्टीबरोबर काढायचं असल्याचं ग्रॅहॅमनं स्पष्ट केलं. साधी, परंपरागत विचारसरणीची एस्टी, अर्थातच हे ऐकून हादरून गेली. तिला असलं काहीतरी पटण्याचा प्रश्नच नव्हता. उलट ग्रॅहॅमच्या बेजबाबदार वागण्यामुळं व्यथित होऊन एस्टीनं त्याला घटस्फोट मागितला. ग्रॅहॅमनं एस्टीला दूर करण्यासंबंधीची नुकसानभरपाई म्हणून १० लाख डॉलर्स दिले; पण तिला घटस्फोट मात्र दिला नाही. या सगळ्याचा ताण सहन न होऊन ग्रॅहॅमला हृदयविकाराचा झटका आला. तेव्हा तो बझ या आपल्या मुलाबरोबर दक्षिण कॅलिफोर्नियामध्ये स्कीइंग करायला गेला होता.

१९६५ चं वर्ष सुरू होण्याआधीच ग्रॅहॅमच्या आयुष्यातली एस्टीची जागा मलौनं घेतली होती. भरपूर आर्थिक भरपाई मिळूनसुद्धा एस्टीच्या मनातला ग्रॅहॅमविषयीचा कडवटपणा काही गेला नाही. आपली पुरती फसवणूक झाल्याची भावना तिच्या मनात टिकून राहिली. तसंच आपण ग्रॅहॅमची पत्नी म्हणून अत्यंत प्रामाणिकपणे आणि नीटपणे आपली भूमिका पार पाडूनसुद्धा आपल्या नशिबात हे का घडलं, याचा ती सतत विचार करत असे. साहजिकच तिची मानसिक स्थिती चांगली नसायची. तिकडे ग्रॅहॅम आणि मलौ मात्र वर्षामधला काही काळ युरोपात आणि

उरलेला काळ कॅलिफोर्नियामध्ये सुखात घालवत असत. ग्रॅहॅमपासून अनधिकृतपणे वेगळं झाल्यानंतरही एस्टी आपल्या सगळ्या पत्रांखाली आपलं नाव 'मिसेस बेंजामिन ग्रॅहॅम' असंच लिहीत असे.

बेंजामिन ग्रॅहॅमच्या एस्टीबरोबरच्या लग्नातून झालेला बझ हा मुलगा आपल्या वडिलांच्या या कृतीमुळे दुखावला गेला. एस्टी आणि ग्रॅहॅम वेगळे व्हायच्या वेळेला बझ किशोरवयीन होता. आता तो आपल्या आईकडे राहायला गेला. आपल्या वडिलांचं कृत्य बेजाबदारपणाचं होतं, असं बझला स्वाभाविकपणे वाटलं. असं असूनही त्यानं आपल्या मनामधल्या या संतापाला चांगल्या कामांमधून वाट करून दिली. १९६०-७० च्या दशकांमध्ये अमेरिकेत कृष्णवर्णीय लोकांना समान वागणूक आणि हक्क मिळावेत यासाठी जोरदार चळवळ सुरू होती. बझनं स्वत:ला या सत्कृत्यात झोकून दिलं. १९६४-६५ मध्ये तर तो या चळवळीचं एक केंद्र असलेल्या मिसिसिपी राज्यात गेला आणि तिथं त्याला तीन वेळा तुरुंगातही टाकण्यात आलं! अशा प्रकारे बेधडकपणे या चळवळीत उतरणं हे अत्यंत धाडसाचं आणि म्हणूनच प्रचंड कौतुकास्पद काम होतं. बझच्या विचारसरणीशी बेंजामिन ग्रॅहॅम अगदी पूर्णपणे सहमत असला, तरी आपल्या मुलानं जिवावर उदार होऊन या चळवळीत उतरण्याविषयी मात्र त्याच्या मनात द्वंद्व सुरू असायचं. बझविषयीच्या चिंतेनं त्याचं मन अनेकदा ग्रासलेलं असे. ग्रॅहॅमच्या नशिबानं काही काळातच बझ या चळवळीतून सुखरूप परतला आणि शिक्षणानं डॉक्टर असल्यामुळं त्यानं कॅलिफोर्नियामध्ये आपला स्वत:चा दवाखाना उघडला.

एकूणच पती आणि वडील म्हणून बेंजामिन ग्रॅहॅमच्या भूमिका योग्य ठरल्या नाहीत हे नमूद केलंच पाहिजे. आपल्या व्यावसायिक आयुष्यात तसंच आपल्या विचारसरणीच्या संदर्भातही सतत नीतिमत्ता सांभाळणारा ग्रॅहॅम या बाबतीमध्ये असा का वागला, या प्रश्नाचं उत्तर आपल्याला मिळणं कठीण आहे!

अखेरचा काळ

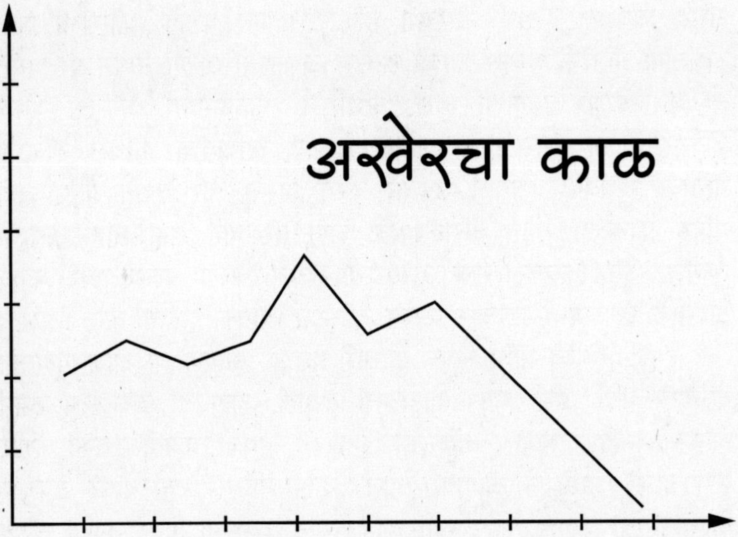

आयुष्याच्या अखेरच्या टप्प्यात बेंजामिन ग्रॅहॅमला निरनिराळ्या आजारांनी त्रस्त करून सोडलं होतं. 'गाऊट'च्या विकारानं पुरता हैराण झाला होता. हा विकार वाढून ग्रॅहॅमच्या किडनींवर दुष्परिणाम झाले. किडनीच्या विकारासह ग्रॅहॅमला वृषणांशी संबंधित असलेला आजार झाला. याखेरीज त्याला रक्तदाबाचा त्रास होताच. या सगळ्यांमुळं त्याचं हृदय कमकुवत झालं होतं. त्याला आधीच हृदयविकाराचा एक झटका येऊन गेला होता. अशा असंख्य व्याधींमुळे ग्रॅहॅमला खूप औषधांचा मारा सहन करावा लागत असे. तसंच एका औषधाचे दुष्परिणाम दुसऱ्या विकारावर होऊ नयेत, यासाठी योग्य औषधांची योग्य मात्र त्याला देण्याची कसरतही डॉक्टरांना करावी लागे. आधीच्या डॉक्टरांना ग्रॅहॅमवर केल्या जात असलेल्या औषधोपचारांमध्ये योग्य संतुलन राखता न आल्यामुळेच त्याची तब्येत

जास्त बिघडली, असं नंतरच्या डॉक्टरांचं मत पडलं. फ्रान्सला जात असताना ग्रॅहॅमची तब्येत अगदी झकास असायची आणि तिथून परतेपर्यंत तो पार बेजार झालेला असे. अर्थातच, फ्रान्समध्ये ग्रॅहॅमला योग्य डॉक्टरांची साथ नसल्याचा फटका सोसावा लागायचा. तिथले डॉक्टर्स ग्रॅहॅमवर जुजबी स्वरूपाचे उपचार करत असत. दर वर्षात ग्रॅहॅम सहा महिने फ्रान्सला राहत असल्यामुळे जणू दर वर्षी सहा महिने त्याची तब्येत खूप बिघडलेलीच असायची. अमेरिकेला पतरल्यावर काही आठवडे त्याच्यावर उपचार करून डॉक्टर्स त्याला पूर्ववत करत असत.

१९७० मध्ये ग्रॅहॅम खूपच आजारी पडला. आपण या आजारपणातून वाचणार नाही असं त्याला वाटायला लागलं. आपल्या डॉक्टरला त्यानं तसं बोलूनही दाखवलं. डॉक्टरांना मात्र ग्रॅहॅमची प्रकृती इतकी गंभीर नसल्याचं स्पष्टपणे जाणवत होतं. काही दिवस त्याच्यावर उपचार केल्यावर तो बरा होईल, अशी खात्री त्यांनी ग्रॅहॅमला दिली आणि तसंच घडलं. या काळात ग्रॅहॅमला इस्पितळात भेटायला वॉरन बफे आला होता. १९७३ मध्ये ग्रॅहॅमच्या 'द इंटेलिजन्ट इन्व्हेस्टर' या पुस्तकाची चौथी आवृत्ती काढायचं ठरलं होतं. या कामात ग्रॅहॅमला मदत करायचं बफेनं मान्य केलं. खरं म्हणजे बऱ्याच काळापासून शेअरबाजार, गुंतवणूक या विषयांमध्ये ग्रॅहॅमला आता फारसा रस नसल्याचं बहुतेक लोकांना जाणवत होतं; पण त्यानं या आवृत्तीचं काम मात्र अत्यंत मनापासून केलं. तो त्यात पूर्णपणे बुडून गेला. आपल्या 'सिक्युरिटी ॲनॅलिसिस' या पुस्तकाच्या पाचव्या आवृत्तीचं कामही ग्रॅहॅमनं मोठ्या उत्साहानं हाती घेतलं. त्याच्याकडून हे काम मात्र पूर्ण होऊ शकलं नाही आणि ही आवृत्ती १९८८ मध्ये प्रकाशित झाली.

९ मे १९७४ रोजी बेंजामिन ग्रॅहॅमनं आपला ८० वा वाढदिवस साजरा केला. त्याच्या या वाढदिवसानिमित्त मार्जोरी या त्याच्या मुलीनं काही आठवडे आधीच एक कार्यक्रम आयोजित केला होता. ग्रॅहॅमची मुलं आणि आता मोजण्यासाठी दोन आकडे लागण्याएवढी त्याची नातवंडं अशा सगळ्यांनी या कार्यक्रमाला हजेरी लावली. व्हिक्टर हा बेंजामिन ग्रॅहॅमचा भाऊ, तसंच मलौ हेही तिथं उपस्थित होते. ग्रॅहॅमला प्रिय असलेले इतरही लोक आवर्जून या कार्यक्रमाला आले होते. अनेक जणांनी ग्रॅहॅमविषयीच्या आठवणी तिथं सांगितल्या. ग्रॅहॅमनंही एक सुंदर

भाषण केलं. त्याची लिखित प्रत आजही वाचायला मिळते. लहानपणी आपल्या मनात पूर्ण निराशा दाटून राहिलेली असल्याचं सांगून ग्रॅहॅमनं प्रत्यक्षात मात्र आपलं नशीब खूप चांगलं ठरलं असल्याविषयी कृतज्ञता व्यक्त केली. अर्थातच, व्यावसायिक पातळीवर ग्रॅहॅमनं प्रचंड यश कमावलं; पण वैयक्तिक आयुष्याच्या बाबतीत मात्र ग्रॅहॅमचं आयुष्य अत्यंत वादळी आणि निराशाजनक ठरलं. यामधला कडवटपणा दूर ठेवत ग्रॅहॅमनं जे घडलं ते स्वीकारलेलं असल्याचं त्याच्या भाषणातून ध्वनित होत होतं.

१९७४ मध्येच मलौबरोबर फ्रान्समध्ये असताना ग्रॅहॅम दुसऱ्यांदा खूप आजारी पडला. १९७० मध्ये ग्रॅहॅम आजारी पडलेला असताना आपला शेवट जवळ आलेला असल्याची खात्री त्याला झाली होती; त्याच गोष्टीची आता पुनरावृत्ती झाली. याही खेपेला ग्रॅहॅमची कुशंका गैरलागू ठरली. ग्रॅहॅम या आजारपणातून बाहेर आला. अर्थात, त्याची अवस्था फार चांगली नव्हती. तो चांगलाच आजारी आणि अशक्त असल्याचं त्याच्याकडे बघून सगळ्यांनाच जाणवायचं. तसंच आपल्या हातात आता फार दिवस राहिलेले नाहीत, असं त्याला स्वतःला जाणवत असल्याचंही स्पष्ट होतं.

२१ सप्टेंबर १९७६ रोजी झोपेतच ग्रॅहॅमचं अगदी शांत अवस्थेत निधन झालं. त्या वेळी तो युरोपात मलौच्या घरी होता.

संदर्भ-सूची

१. The Einstein of Money: The Life and Timeless Wisdom of Benjamin Graham : Joe Carlen - Prometheus Books

२. The SnoQall : Warren Buffett and the Business of Life : Alice Schroeder - Bloomsbury

३. Buffett : The Making of an American Capitalist : Roger Lowenstein - Random House

४. The Intelligent Investor : Benjamin Graham (Additions by Jason Zweig) - Harper Business

५. वॉरन बफे : अतुल कहाते - मेहता पब्लिशिंग हाऊस